ஆசிய இஸ்லாமிய நாடுகள்

(நில அமைப்பு, வரலாறு, பொருளாதாரம்,
சமயம், சமூக நிலை)

மு. பஷீர் அகமது

சங்கர் பதிப்பகம்
15/21, டீச்சர்ஸ் கில்டு காலனி,
2வது தெரு, இராஜாஜி நகர் விரிவு,
வில்லிவாக்கம், சென்னை – 600 049
தொலைபேசி : 044 – 26502086 / 9444191256
email: shankar_pathippagam@yahoo.com
www.shankarpathippagam.com
www.bookthagam.com

ஆசிய இஸ்லாமிய நாடுகள் : மு. பஷீர் அகமது

© : வெளியீட்டாளர்கள்

பதிப்பு : 2017

மொத்தப் பக்கங்கள் : 464

வெளியிட்டோர் : சங்கர் பதிப்பகம்,
15/21, டீச்சர்ஸ் கில்டு காலனி,
2–வது தெரு, இராஜாஜி நகர் விரிவு,
வில்லிவாக்கம்,
சென்னை – 600 049.
தொலைபேசி : 044 – 26502086
செல் : 9444191256

ஒளி அச்சு : ஸ்ரீ விக்னேஸ்வரா கிராஃபிக்ஸ்,
9884513164

முன் அட்டை : N. ரமேஷ், 9840676513

★★★

நூலின் உள்ளே

❖❖❖

முன்னுரை

பொதுவாக இன்று முஸ்லிம்கள் உட்பட பலருக்கு முஸ்லிம்கள் தொடர்பான தகவல்களைப் பற்றிச் சரிவரத் தெரியாமல் உள்ளது. உதாரணமாகத் தென் இந்தியாவின் விஜயநகரப் பேரரசு, மன்னர் கிருஷ்ண தேவராயர், ஹம்பி நகர் போன்றவற்றைத் தெரிந்த அளவுக்கு அதே காலக்கட்டத்தில் இருந்த தக்காண சுல்தான்கள், அவர்கள் விட்டுச் சென்ற பிஜப்பூரின் கோல் கும்பஸ் முதலியவற்றை அவர்கள் அறிந்திருக்க மாட்டார்கள். அதுபோல இந்தியாவின் 'முதல் சுதந்திரப் போராட்டம்' என்ற சிப்பாய் கலகத்தில் கலந்துகொண்ட ஜான்ஸி ராணி லட்சுமிபாய் வாளுடன் குதிரை மீது அமர்ந்திருக்கும் காட்சி பலருக்கு நினைவுக்கு வரலாம். ஆனால் அவரைப் போன்று துணிச்சலுடன் ஆங்கிலேயரை எதிர்த்த அவத் நவாபின் மனைவி பேகம் ஹஸ்ரத் மஹலை எத்தனை பேருக்குத் தெரிய வரும்? நாம் வாழும் இந்தியாவிலுள்ள முஸ்லிம்கள் சார்ந்த விபரங்களைப் பற்றியே (சரியாகத்) தெரியாதபோது உலகின் பிற பகுதிகளிலுள்ள முஸ்லிம்களைப் பற்றி - அதுவும் தெளிவாக - நம்மால் எப்படி அறிந்துகொள்ள முடியும்? இந்த எண்ணமே என்னை 'ஆசிய இஸ்லாமிய நாடுகள்' என்ற இப்புத்தகத்தை எழுத ஒரு காரணமாக இருந்தது.

உலகின் மிகவும் கூடுதலான பரப்பளவை உடைய முதல் 20 நாடுகளில் 8 முஸ்லிம்கள் பெரும்பான்மையாக வசிக்கும் நாடுகளாகும். அதுபோல உலகின் அதிக மக்கள் தொகையைக் கொண்ட முதலில் வரும் 20 நாடுகளில் 7ல் முஸ்லிம்கள் பெரும்பான்மையாக இருக்கின்றனர். இன்னும் சொல்லப்போனால் உலகின் மக்கள் தொகையான 760 கோடியில் முஸ்லிம்கள் கால் பங்குக்கம் கூடுதலாக உள்ளனர். எனவே முஸ்லிம்கள் அதிகமாக இருக்கும் நாடுகளைப் பற்றி எல்லோரும் அறிந்து கொண்டால் நன்றாக இருக்கும் என்ற எண்ணம் மேலும் என்னை இப்புத்தகத்தை எழுதத் தூண்டியது.

இதன் ஒரு முயற்சியாக ஆசியக் கண்டத்தில் முஸ்லிம்கள் பெரும்பான்மையாகக் காணப்படும் நாடுகள் இப்புத்தகத்தில் இடம்

பெற்றுள்ளன. இதற்கு விதிவிலக்காக இந்தியா மட்டும் இதில் சேர்க்கப்படவில்லை. உலகிலேயே முஸ்லிம்கள் அதிகமாக வாழும் மூன்றாவது நாடான இந்தியாவை விடுவதற்கு எனக்கு மனமில்லை. எனவே இந்திய வரலாற்றுடன் இணைந்த முஸ்லிம்கள் வரலாறு தனி நூலாக விரைவில் வெளிவரும்!

'முஸ்லிம் உலக'த்திலுள்ள இந்த நாடுகளின் பெயர்க் காரணம், நில அமைப்பு, வரலாறு, பொருளாதாரம், சமயம், சமூக நிலை மற்றும் இன்னபிற விவரங்கள் இந்நாடுகளைப் பற்றிப் பொதுவாகப் படிப்பவர்களுக்கும், இந்நாடுகளுக்குக் கல்வி, வேலை வாய்ப்பு, சுற்றுலா போன்றவைகளுக்காகச் செல்பவர்களுக்கும் உதவியாக இருக்கும் என்றும் நம்புகிறேன். மேலும் இப்புத்தகத்தில் தவறுகள் எதுவும் இருப்பின் அவற்றை எனது பார்வைக்குக் கொண்டுவந்தால் அவற்றைச் சரிசெய்வதற்கு ஏதுவாக இருக்கும் என்பதையும் கனிவுடன் கூறுகிறேன்.

இந்நூலின் தொகுப்பிற்குப் பெரிதும் உதவிய என்சைக்ளோபீடியா, அகராதிகள், வலைத்தளம் ஆகியவற்றுக்கும், படங்கள் எடுத்துப் பயன்படுத்தப்பட்ட வலைத்தளங்களுக்கும் என் மனமார்ந்த நன்றிகள் பல.

இப்புத்தகத்தில் வரும் கருத்துக்களின் சந்தேகங்களைத் தீர்க்க உதவிய எனது உற்ற நண்பர் முன்னாள் மேனிலைப் பள்ளித் தலைமையாசிரியர் திரு. எம்.ஷாஜஹான், புத்தகத்தில் இடம் பெறும் படங்களை எடுக்க உதவிய 'சூர்யா இன்ஃபோடெக்' மென்பொருள் பொறியாளர் திரு. எஸ்.சுரேஷ் ராஜா, இப்புத்தகத்தை எழுத எனக்கு உந்துதலாக இருந்த 'தமிழ்நாடு புத்தக நிலைய'த்தின் பதிப்பாளரும் எனது பள்ளி நண்பருமான ஜே.சி.பிள்ளை, நானும் ஓர் எழுத்தாளன் என்பதை இவ்வுலகம் தெரிந்துக்கொள்ள இப்புத்தகத்தை வெளியிட எனக்கு உதவிய 'சங்கர் பதிப்பகம்' ஆகியோருக்கு எனது நெஞ்சார்ந்த நன்றியைத் தெரிவித்துக்கொள்கிறேன்.

மு.பஷீர் அகமது,

ஆசிரியர்

★★★

1

ஆப்கானிஸ்தான்

இதுதான் ஆப்கானிஸ்தான்:

ஆப்கானிஸ்தான் வரைபடம்

மன்னர் முஹம்மது ஷாஹிர் ஷா வெளிநாட்டில் இருந்தபோது அவரின் மைத்துனர் தாவூத் கான் ஆட்சியைக் கைப்பற்றி 'ஆப்கானிஸ்தான் குடியரசு' என்று அறிவித்தார். சௌர் புரட்சி மூலம் தாவூத் கானை அகற்றி விட்டு ஆட்சிக்கு வந்த கம்யூனிஸ்டுகள் நாட்டை 'ஆப்கானிஸ்தான் ஜனநாயகக் குடியரசு' என்றழைத்தனர். சோவியத் யூனியன் நாட்டை விட்டுச் சென்றதும் தாலிபன்கள் ஆட்சியைப் பிடித்துக் கொண்டனர். அப்போது அவர்கள் நாட்டுக்கு 'இஸ்லாமிய ஆப்கானிஸ்தான் எமிரேட்ஸ்கள்' என்று பெயரிட்டனர். தாலிபன்கள் அகற்றப்பட்டு நாடு இப்போது 'ஆப்கானிஸ்தான் இஸ்லாமியக் குடியரசு' என்றழைக்கப்படுகிறது. மன்னராட்சி முடிவுக்கு வந்ததிலிருந்து இன்றுவரை ஆப்கானிஸ்தான் எவ்வாறு அழைக்கப்பட்டு வந்துள்ளது என்பதிலிருந்தே நாட்டின் ஸ்திரத்தன்மையும், பாதுகாப்பு நிலையும் நமக்கு நன்கு புரியும். இதுதான் ஆப்கானிஸ்தான்.

'ஸ்தான்' நாடு :

இது ஒரு 'ஸ்தான்' நாடு. ஆம். ஸ்தான் என்று முடியும் உலகின் ஏழு நாடுகளில் ஆப்கானிஸ்தானும் ஒன்று. ஆப்கானிஸ்தான், பாகிஸ்தான், உஸ்பெகிஸ்தான், கஸக்ஸ்தான், கிர்கிஸ்தான், தாஜிகிஸ்தான், துர்க்மெனிஸ்தான் ஆகிய இவைதான் அந்த ஸ்தான் நாடுகள். இந்தியாவை 'ஹிந்துஸ்தான்' என்றும் அழைப்பதுண்டு. எனவே வேண்டுமானால் எட்டாவதாக ஹிந்துஸ்தானையும் சேர்த்துக் கொள்ளலாம். சமஸ்கிருதம், ஃபார்ஸி போன்ற மொழிகளில் 'ஸ்தான்' என்பதற்கு நாடு அல்லது இடம் என்று பொருள். ஆஃப்கன் அல்லது ஆப்கானியரின் நாடு என்பதுதான் ஆப்கானிஸ்தான். பண்டைய சசேனியர்களால் 'அஃப்கன்' என்றும், அலெக்ஸாண்டரின் காலத்தில் 'ஆரியானா' என்றும் அழைக்கப்பட்டது. இந்திய வானவியல் ஆசிரியர் வராகமிகிரர் 'அவகானா' என்றும், மகாபாரதத்தின் ஆசிரியர் வியாசர் 'கம்போஜ்' என்றும் ஆப்கானிஸ்தானைக் குறிப்பிடுகின்றனர். இந்திய கணித வல்லுநர் பாணினி, பாரசீக அறிஞர் அல்

பெரூனி, ஆப்பிரிக்க கடற்பயணி இபுன் பதுதா போன்றோரும் இந்நாட்டைப் பற்றிப் பெருமையாகக் கூறுகின்றனர்.

இஸ்லாத்தையே சொல்லி விடும் கொடி :

நாட்டின் கொடியைப் பற்றிச் சொல்வதென்றால் இஸ்லாத்தைப் பற்றியே ஓரளவுக்குச் சொல்லி விடலாம். ஆனால் கொடியைத்தான் யாரும் சீக்கிரத்தில் வரைந்துவிட முடியாது. அத்தனை விவரங்கள் கொடியில் உள்ளன.

ஆப்கானிஸ்தான் கொடி

கொடியில் கருப்பு, சிவப்பு, பச்சை ஆகிய மூன்று நிறங்கள் குறுக்காகக் காணப்படுகின்றன. கருப்பு நாட்டின் முந்தைய இருண்ட காலத்தையும், சிவப்பு சுதந்திரத்துக்காகச் சிந்திய ரத்தத்தையும், பச்சை வளமை, நம்பிக்கை மற்றும் இஸ்லாத்தையும் குறிக்கின்றன. நடுவிலுள்ள சிவப்பில் நாட்டின் சின்னத்தைக் காணலாம். இதில் மிஹ்ரப் (வாயில் போன்ற சுவரின் துளைத்தெடுக்கப்பட்ட மாடம்) மற்றும் மின்பர் (இரண்டு மூன்று படிக்கட்டுகள்) உடன் கூடிய ஒரு மசூதி உள்ளது. மசூதியின் இரு பக்கங்களிலும் நாட்டின் கொடிகளைப் பார்க்கலாம். மசூதியின் மேலே 'அல்லாஹ் பெரியவன்' என்ற சொற்களும், இச்சொற்களின் மேலே உதிக்கும் சூரியனின் கதிர்களும், கதிர்களின் மேலே

'அல்லாஹ்வைத் தவிர வேறு இறைவன் இல்லை, முஹம்மது அவனின் தூதர்' என்ற வார்த்தைகளும் காணப்படுகின்றன. மசூதியின் கீழே இஸ்லாமிய ஆண்டான 1298ம் (ஆங்கில கிரிகோரியன் கணக்குப்படி 1919) (இவ்வருடத்தில்தான் பிரிட்டனிடமிருந்து நாடு விடுதலை அடைந்தது). இவ்வருடத்தின் அடியில் 'ஆப்கானிஸ்தான்' என்ற வார்த்தையும் உள்ளது. நாம் காணும் சொற்கள் மற்றும் ஆண்டு எல்லாமே அரபி மொழியில் காணப்படுகின்றன. மசூதி மற்றும் கொடிகளைச் சுற்றி இரு பக்கங்களிலும் தலா ஒரு கோதுமைக் கதிர்க் கொத்து இடம் பெறுகிறது.

ஆசியாவின் இதயம் :

ஆப்கானிஸ்தான் முற்றிலும் நிலத்தால் சூழப்பட்டது. இது பாகிஸ்தான், ஈரான், சீனா, உஸ்பெகிஸ்தான், துர்க்மெனிஸ்தான், தாஜிஸ்தான் ஆகிய நாடுகளின் எல்லைகளைக் கொண்டுள்ளது. இந்நாடு தெற்காசியா, மேற்காசியா மற்றும் மத்திய ஆசியாவை இணைப்பதால் ஆப்கானிஸ்தானை 'ஆசியாவின் இதயம்' என்று கூறலாம். 6,47,500 சதுர கிலோ மீட்டர் பரப்புடைய இது உலகின் 40வது பெரிய நாடாகும்.

நிலத்தின் தன்மை :

கரடு முரடான மலைகள், வறண்ட பீடபூமிகள், காற்று வீசும் ஸ்டெப்பி புல்வெளிகள், சூடான பாலைவனங்கள் முதலியவை நிறைந்தது நாடு. இங்கு காணப்படும் வானுயர்ந்த மலைத்தொடர் ஹிந்து குஷ். இது காஷ்மீரிலிருந்து தொடங்கி மத்திய ஆப்கானிஸ்தான்வரை செல்கிறது. இம்மலைப் பகுதியை உள்ளடக்கிய மத்திய மேட்டுப் பகுதிகள் நாட்டின் வடக்கு மற்றும் தென் பகுதிகளைப் பிரிக்கும் விதத்தில் அமைந்துள்ளன. கோஹி பாபா, பரோபமிசஸ், காஜா முஹம்மது, பாமீர் முதலியவை இங்குள்ள பிற மலைத் தொடர்கள். நாட்டின் நடுவில் பீடபூமிகளும், தெற்கில் தாஸ்தே மார்கோ, ரெகிஸ்தான் ஆகிய பாலைவனங்களும்

பனி படர்ந்த கோஹி பாபா மலை

காணப்படுகின்றன. ஹிந்து குஷ் மலைகளுக்கு அப்பால் நாட்டின் வடக்கில் மலையடிவாரக் குன்றுகளும், அவற்றுக்கிடையே உள்ள பள்ளத்தாக்குகளும் சேர்ந்து ஸ்டெப்பி புல்வெளிச் சமவெளிகளாக மாறுகின்றன.

பாயும் ஆறுகள் :

இங்கு பெய்யும் மழையுடன் மலைகளிலிருந்து பெருகி வரும் நீர் இங்குள்ள ஆறுகளில் கலந்தாலும் ஏராளமான நீர் அண்டை நாடுகளான ஈரான், பாகிஸ்தான், தாஜிகிஸ்தான் முதலியவற்றிற்குச் சென்று விடுகிறது. எஞ்சிய நீரும் உள்நாட்டில் பாய்ந்து ஸ்டெப்பி புல்வெளிகள், பாலைவனங்கள், உப்பு ஏரிகள், சுண்ணாம்புப் பகுதிகள் (alkalai flats) ஆகியவற்றில் விழுந்து காணாமல் போய் விடுகின்றது. நாட்டின் பிரதான நதிகள் வடக்கில் பாயும் அமு தரியா, கிழக்கிலுள்ள காபூல், தெற்கிலுள்ள ஹெல்மன்த், மேற்கில் ஓடும் ஹரிரூத் போன்றவையாகும்.

குடியேற்றக் காலம் முதல் சிந்து சமவெளிக் காலம் முடிய:

வரலாற்றுக் காலத்துக்கு முந்தைய புதையுண்ட இடங்களின் அகழ்வாராய்ச்சியை வைத்து லூயிஸ் டூப்ரி மனிதன் ஆப்கானிஸ்தானில் நெடுங்காலமாக வாழ்ந்ததாகவும், விவசாயம் இங்கு பழங்காலம் முதலே நடைபெற்றதாகவும் கூறுகிறார். அதுபோல மத்திய ஆசியாவிலுள்ள நாடோடி இன மக்கள் இங்கு வந்து தங்கியும், பின் அவர்களில் ஒரு பிரிவினர் இந்தியா போன்ற நாடுகள் மட்டுமின்றி காஸ்பியன் கடல் ஓரமாக ஐரோப்பாவுக்கும்கூடச் சென்றும் உள்ளனர். மேலும் சிந்து சமவெளி நாகரீகம் தழைத்தோங்கிய இடங்கள் இந்தியா மற்றும் பாகிஸ்தான் தவிர ஓரளவுக்கு ஆப்கானிஸ்தானிலும் உள்ளன.

ஆண்ட அரசுகள் :

ஆக்கமீனியர்கள், கிரேக்கர்கள், மௌரியர்கள், பார்த்தியர்கள், குஷாணர்கள், சசேனியர்கள் போன்றோர் நாட்டை முதலில் ஆட்சி செய்தனர். பின்னர் கஜ்னி, கில்ஜி, மொகலாயர், ஹோடகி, துரானி முதலிய பல முஸ்லிம் வம்சங்கள் ஆண்டன. நாடு கி.பி. 13ம் நூற்றாண்டில் மங்கோலியர்கள் மற்றும் அடுத்த நூற்றாண்டின் இறுதியில் தைமூரின் படையெடுப்புகளைக் கண்டது. குறிப்பாக கி.பி. 16 மற்றும் 17ம் நூற்றாண்டுகளில் இந்தியாவின் மொகலாயர்களும், பாரசீக சபாவிதுகளும், புகாரா கான்களும் நாட்டின் பல பகுதிகளைத் தங்கள் ஆளுகையின் கீழ் வைத்துக் கொண்டனர்.

சுதந்திர நாடு பிரகடனம் :

மிர் வைஸ் ஹோடக் சபாவிதுகளை 1709ல் தோற்கடித்து ஆப்கானிஸ்தானைச் சுதந்திர நாடு என்று அறிவித்தார். அவரின் மகன் மஹ்மூது ஹோடக் தனது பேரரசை பாரசீகம் வரை விரிவுபடுத்தி தன்னை அதன் மன்னராகவும் பிரகடனப்படுத்தினார். ஆனால் 1736ம் ஆண்டு நடந்த கர்னல்

மஹ்மூத் ஹோடகி

யுத்தத்தில் வெற்றி பெற்ற நாதிர் ஷா கந்தகாரைக் கைப்பற்றி காபூல் வழியாக டில்லி வரை சென்று தனக்குக் கிடைத்தவற்றை யெல்லாம் அள்ளிச் சென்றார். நாதிர் ஷாவின் இறப்புக்குப் பின் ஆட்சிக்கு வந்தவர் அஹமது ஷா துரானி. இவர் 'ஆப்கானிஸ் தானின் தந்தை' என்று போற்றப் படுகிறார். தொடர்ந்து பாரசீகர்களிடம் போராடி வந்த ஆப்கன் மக்கள் ஆங்கிலேயருடன் மூன்று போர்களில் சண்டை யிட்டனர். இச்சண்டைகளுக்குப் பின் அமானுல்லா கான், ஷாஹிர் கான் ஆகியோர் அரியணை ஏறினர்.

கம்யூனிஸ்டுகளின் ஆதிக்கம் :

ஆப்கானிஸ்தானுக்கு சோவியத் யூனியனிடமிருந்து ஆபத்துக் காத்திருந்தது. ஷாஹிர் கானின் ஆட்சியைக் கவிழ்த்துவிட்டு பதவிக்கு வந்த தாவூத் கானின் பதவிக் காலமும் நெடுநாள் நீடிக்கவில்லை. அவரையும், அவரது குடும்பத்தையும் கொலை செய்துவிட்டு ஆட்சியைப் பிடித்துக் கொண்டனர் கம்யூனிஸ்டுகள். அவர்கள் மத நம்பிக்கைகளில் குறுக்கிட ஆரம்பித்ததால் மக்கள் கோபமடைந்தனர். இந்நிலையில் 1979ல் சோவியத் யூனியன் ஆப்கானிஸ்தானில் நுழைந்து ஆக்கிரமித்துக் கொண்டது. இதை எதிர்த்து முஜாஹிதீன்கள் போராடத் தொடங்கினர். சோவியத் யூனியன் அங்கு கால் ஊன்றிவிடக்கூடாது என்ற பயத்தில் அதன் பரம எதிரியான அமெரிக்கா முஜாஹிதீன்களுக்கு உதவியது. ஆப்கானிஸ்தானியரின் ஆக்ரோஷ தாக்குதலுக்குத் தாக்குப் பிடிக்க முடியாமல் சோவியத் யூனியனின் பத்து வருட ஆக்கிரமிப்பு ஒருவழியாக முடிவுக்கு வந்தது. இந்தக் கட்டத்தில் கி.மு. 4ம் நூற்றாண்டில் இந்நாட்டின் மீது படையெடுத்த

அலெக்ஸாண்டர் கூறிய கீழ்க்கண்ட வார்த்தைகளை நினைவு படுத்தினால் நன்றாக இருக்கும். "ஆப்கானிஸ்தானில் நுழைவது எளிது, ஆனால் வெளியேறுவது கடினம்."

இன்னும் குழப்பம் :

சோவியத் யூனியன் நாட்டிலிருந்து வெளியேறினாலும் அதன் கைப்பாவையான நஜிபுல்லா ஆட்சிப் பொறுப்பை ஏற்றார். அவர் பதவி விலகியதும் நாட்டில் குழப்பம் ஏற்பட்டது. பாகிஸ்தானுக்கு வேண்டியவரான ஹெக்மத்யார், ஈரானுக்குச் சாதகமான மஸாரி, சவுதி அரேபியா விரும்பிய ரசூத் சையப், உஸ்பெகிஸ்தான் பக்கம் சாய்ந்த தோஸ்தம், தாஜிகிஸ்தானுக்கு ஆதரவான மசூது ஆகியோர் தலைமையிலான பல்வேறு குழுக்கள் தங்கள் ஆதிக்கத்தை நிலைநாட்ட முற்பட்டன. முஜாஹிதீன்களும் முன்புபோல் சரிவரச் செயல்படவில்லை.

தாலிபன்களின் பிடியில் நாடு :

நாட்டின் இத்தகைய நிலையைத் தனக்குச் சாதகமாக்கிக் கொண்டு தாலிபன் என்ற அமைப்பு தலைநகர் காபூல் உட்பட நாட்டின் முக்கால் பகுதியைத் தன் வசம் கொண்டு வந்தது. நிலைமை இன்னும் மோசமாகியது.

தூய்மையான ஆட்சியைத் தருவோம் என்று கூறி ஆட்சியைக் கைப்பற்றியவர்கள் மக்களிடம் கடுமையாக நடந்து கொண்டனர். யாரும் சதுரங்கம் விளையாடக் கூடாது, பெண்களின் குரல் வானொலியில் கேட்கக்கூடாது என்பன போன்ற கடுமையான சட்டங்களைப் பிறப்பித்தனர். பல தலைவர்கள் உட்பட எண்ணற்றோர் கொலை செய்யப் பட்டனர். லட்சக்கணக்கானோர் அகதிகளாக பாகிஸ்தான், ஈரான் முதலிய பக்கத்து நாடுகளில் தஞ்சம் புகுந்தனர். அமெரிக்கா தலைமையில் நேட்டோ (NATO) படைகள் இங்கு வந்ததும் தாலிபன்களின் அட்டூழியம் ஓரளவுக்கு முடிவுக்கு வந்தது.

இழுபறித் தேர்தல் :

ஹமீது கர்சாய்

பின்னர் நடந்த தேர்தல்களில் ஹமீது கர்சாய் வெற்றி பெற்று இருமுறை அதிபர் ஆனார். கடைசியாக நடந்த இழுபறித் தேர்தலின் முதற் சுற்றில் தேசீயக் கூட்டணியின் அப்துல்லா அப்துல்லா முன்னணியில் இருந்தார். தேர்தல் முறையாக நடைபெறவில்லை என்ற காரணம் கூறி இரு மாதங்களுக்குப் பிறகு நடத்தப்பட்ட இரண்டாம் சுற்றில் சுயேச்சையாக அஷ்ரப் கனி வெற்றி பெற்றதாக அறிவிக்கப் பட்டது. அவர்தான் இன்று வரை பதவியில் இருந்து வருகிறார்.

நலிந்த பொருளாதாரம் :

சுமார் 30 வருடங்கள் நிலவிய அமைதியின்மை காரணமாக ஆப்கானிஸ்தான் ஒரு வறிய நாடாக மாறிற்று. வெளிநாட்டினரின் உதவி மற்றும் முதலீடு, இங்குள்ளவர்கள் வெளிநாடுகளிலிருந்து அனுப்பும் பணம் முதலியவை காரணமாக நிலைமை இப்போது பரவாயில்லை. நாட்டின் நிலப்பரப்பில் தோராயமாக 12 விழுக்காடு மட்டும் பயிரிடுவதற்கு ஏற்றதாக இருந்தாலும் அதில் பாதி அளவே இப்போது பயன்படுத்தப்படுகிறது. கோதுமை, நெல், பார்லி, சோளம், பருத்தி, எண்ணெய் வித்துக்கள், உருளைக் கிழங்கு முதலியன பயிரிடப்படுகின்றன. உலகிலேயே மிகவும் இனிப்பான முலாம்பழம் இங்கு கிடைப்பதாக மார்க்கோ போலோ சொல்கிறார். திராட்சை, மாதுளை, மல்பெரி, ஆப்ரிகாட், செரி போன்ற பழங்களும் இங்கு அதிகம் உண்டு. காராக்குல் எனும் ஆடுகள் உயர்தர ஆட்டு ரோமங்களைத் தருகின்றன. இது உலகப் புகழ் பெற்ற கம்பளம் தயாரிப்பதற்குப்

பயன்படுகிறது. கஞ்சாச் செடியை வளர்ப்பதிலும் அனேகம் பேர் ஈடுபட்டுள்ளனர்.

புதைந்து கிடக்கும் கனிமங்கள் :

இயற்கை எரிவாயு இங்கு அதிகமாகக் கிடைக்கிறது. நிலக்கரி, உப்பு, 'lapis lazuli' என்ற நீலநிற உயர்தரக் கல் போன்றவையும் உள்ளன. ஆனால் இன்னும் வெளி உலகுக்கு வராமல் இருக்கும் ஏராளமான கனிமவளங்கள் பூமிக்குள் புதைந்து கிடப்பதாக சமீபத்தியக் கண்டுபிடிப்புகள் கூறுகின்றன. இயற்கை எரிவாயு, பெட்ரோல், விலை உயர்ந்த ஆபரணக் கற்கள், இரும்புத் தாது, செம்பு முதலிய இந்தக் கனிமங்கள் கூடுதல் பயன்பாட்டுக்கு வந்தால் ஏழை நாடான ஆப்கானிஸ்தான் உச்சநிலைக்கு வந்துவிடுமாம்.

நாடு திரும்பும் அகதிகள் :

ஆப்கானிஸ்தானின் பதற்றமான சூழ்நிலை காரணமாக வெளிநாடுகளில் தஞ்சம் புகுந்த மக்கள் இப்போது நாட்டில் நிலைமை மேம்பட்டிருப்பதால் அவர்களில் பலர் திரும்ப வந்துள்ளனர். எனினும் இன்னும் பல லட்சம் பேர் அகதிகளாகத்தான் அவதிப்படுகின்றனர்.

தேசீய கீதத்தில் இனங்கள் :

நாட்டின் மக்கள் தொகை 3¼ கோடி. இவர்களில் பஸ்தூன்கள் பெருவாரியான இனம். இவர்கள் தாங்கள்தான் உண்மையான ஆப்கன்கள் என்று கருதுகின்றனர். தாஜிக், டர்க்மன், உஸ்பெக், கிர்கிஸ், ஹஸாரா முதலிய இனத்தினரும் இங்குண்டு. ஒவ்வொரு இனத்தினரும் தங்களுக்குப் பிடித்தமான தொப்பி மற்றும் தலைப்பாகை அணிவது வழக்கம். இதை வைத்தே அவர் எந்த இனம் என்று கண்டுபிடித்துவிடலாம். நமது நாட்டின் தேசீய கீதத்தில் தக்காணம், வங்காளம் முதலிய பகுதிகளின் பெயர்கள் வருவதுபோல இந்நாட்டின் தேசீய கீதத்தில் 14 இனங்களின் பெயர்கள் இடம் பெறுகின்றன.

மதம் :

99 சதவீதத்துக்கும் கூடுதலாக உள்ள முஸ்லிம்கள் தவிர கிறிஸ்துவர், புத்த மதத்தினர், சீக்கியர், இந்து ஆகியோர் மிகச் சொற்ப எண்ணிக்கையில் உள்ளனர். பல காலங்களில் பாரசீகத்துடன் சேர்ந்திருந்த ஆப்கானிஸ்தானில் பார்ஸிகளின் சோராஷ்டிர மதம் வலுவாக இருந்தது. ஆனால் இன்று அம்மதம் இங்கு இல்லை என்றே சொல்லலாம். இங்கு வாழும் முஸ்லிம்களில் 90 சதவீதத்துக்கும் அதிகமானோர் சன்னி பிரிவினர். எஞ்சியவர் ஷியாக்கள்.

இஸ்லாம் வளர்ந்த விதம் :

*கி.பி. 7ம் நூற்றாண்டில் அரோபியாவின் உமையாக்களால் (*Umayads*) இஸ்லாம் முதன்முதலாக இங்குள்ள ஹீரட் மற்றும் சாரங்கில் அறிமுகம் செய்யப்பட்டது. முஹம்மது கஜினியும் இஸ்லாம் வளர சிறந்த தொண்டாற்றி உள்ளார். கி.பி. 11 மற்றும் 12ம் நூற்றாண்டுகளில் ஆப்கானிஸ்தான் ஒரு புகழ் பெற்ற இஸ்லாமிய மையமாக விளங்கியது. அப்போது நாட்டின் புராதன மசூதிகளில் ஒன்றான ஹீரட்டிலுள்ள ஜும்மா (வெள்ளிக்கிழமை) மசூதி கட்டப்பட்டது. தைமூர் உஸ்பெகிஸ்தானின் சமர்கண்ட் போன்று ஹீரட்டையும் ஒரு தலை சிறந்த கலாச்சார மையமாக மாற்றினார். இங்கு காணப்படும் முஸல்லா பன்முகக் கட்டிடம் (*Musallah Complex*) சமமான ஒத்த தன்மையுடைய (*Axial symmetry*) கட்டிடக் கலைக்கு எடுத்துக்காட்டாக உள்ளது.*

அவ்வப்போது மாறும் சட்டங்கள் :

மன்னர் அஹமது ஷா துரானியின் காலத்தில் உள்ளூர் சட்டங்களுக்குப் பதிலாக இஸ்லாமிய அடிப்படையில் நாட்டின் சட்டங்கள் மாற்றப்பட்டு பின்பற்றப்பட்டன. தாலிபன்கள் ஆட்சியின்போது அச்சட்டங்கள் மிகவும் கடுமையாக்கப்பட்டன. ஆனால் அமானுல்லா கான் நாட்டை ஆண்டபோது பெண்கள் முகத்திரை அணிவதைத் தடை

அஹமது ஷா துரானி

செய்தது, ஆண்களும் பெண்களும் சேர்ந்து படிக்க அனுமதித்தது போன்ற நடவடிக்கைகளை எடுத்தார். அவருக்கு எதிர்ப்பு வலுக்கவே அரியணையிலிருந்து இறங்கினார். கம்யூனிஸ்டுகளின் ஆட்சியின்போதும் ஆண்கள் தாடி வைக்கக்கூடாது என்று கூறியது, நாத்திகத்தை ஊக்கு வித்தது போன்றவை மக்களுக்குப் பிடிக்கவில்லை. இன்று நவீன கால சட்டங்களும் பின்பற்றப்பட்டாலும் நாட்டின் சட்டங்கள் 'ஷரீஅத்' என்ற இஸ்லாமிய நெறிமுறையைத் தான் அடிப்படையாகக் கொண்டுள்ளன.

பலப்பல நினைவகங்கள் :

துறவி வணக்கம் இஸ்லாத்தில் ஏற்றுக்கொள்ளப்படா விட்டாலும் சூபிகளை நினைவு கூறும் வகையில் நாடு

மஸாரி ஷரீபில் உள்ள நீலப் பள்ளிவாசல்

ஜும்மா மசூதி

முழுவதும் மசூதிகளைப் போன்று நினைவுத் தலங்களையும் காணலாம். சூபிகள் என்ற ஞானிகள் மட்டுமல்லாது ஷஹீது என்ற தியாகிகளுக்காகவும் பல நினைவகங்கள் உள்ளன. எதேச்ச திகாரத்தை எதிர்த்துப் போரிட்ட ஹஸரத் அலிக்காக (இவர் முஹம்மது நபியின் மருமகன்) மஸாரி ஷரீபில் 'நீலப் பள்ளிவாசல்' உள்ளது. கந்தகாரிலுள்ள ஜும்மா மஸ்ஜித் (வெள்ளிக்கிழமை பள்ளிவாசல்) அஹமது ஷா துரானியின் சமாதியை அடுத்து காணப்படுகிறது. தாலிபன்களால் பாமியான் புத்தர் சிலைகள் சேதமடைந்தன. நாட்டின் உடைமைகளைச் சேதப்படுத்துவோரும் உண்டு. அதுபோல அவற்றைப் புனரமைப்போரும் உண்டு. சேதமடைந்த காபூலின் தைமூர் நினைவகமும், பாபரின் 'பாகே பாபர்' என்ற பாபர் தோட்டமும் ஆகா கான் அறக்கட்டளையால் சீரமைக்கப் பட்டுள்ளன.

இந்தியாவிடமிருந்து சற்று விலகி இருந்த ஆப்கானிஸ்தான்:

ஆப்கானிஸ்தான் அன்றைய இந்தியாவின் மௌரியர், குப்தர், மொகலாயர் போன்றவர்களின் ஒரு பகுதியாக

இருந்தது. அதைப் போன்று இந்தியாவின் சில பகுதிகளும் அஹமது ஷா துரானி போன்ற ஆப்கன்களின் கையில் இருந்துள்ளன. எனவே ஆப்கானிஸ்தான் இந்தியாவுடன் நெருங்கிய தொடர்பு கொண்டது. இந்தியப் பிரிவினைக்குப் பின் இடைக்காலத்தில் மதம் மற்றும் கலாச்சார அடிப்படையில் பாகிஸ்தானுடன் ஆப்கானிஸ்தான் நல்ல உறவு கொண்டிருந்தது. இந்தியாவிடமிருந்து சற்று விலகியும் காணப்பட்டது.

இந்தியாவின் உதவிக்கரம் :

அரசியல் சூழ்நிலை, பொருளாதார வளர்ச்சி முதலிய காரணங்களுக்காக இப்போது ஆப்கானிஸ்தான் அரசு பாகிஸ்தானிடம் இருந்து கொஞ்சம் விலகி இந்தியாவின் பக்கம் வந்துள்ளது. பல ஆண்டுகள் உள்நாட்டுப் போரினால் அவதியுற்ற இந்நாட்டுக்கு நம்நாடு பல வழிகளிலும் உதவி செய்து வருகிறது. 90 மில்லியன் அமெரிக்க டாலர் செலவிலான இந்நாட்டு பாராளுமன்றக் கட்டிடத்தை யும், 290 மில்லியன் அமெரிக்க டாலர் செலவில் இந்நாட்டின் ஹீரட் பிரதேசத்திலுள்ள ‘அமைதி அணை’ என்றழைக்கப்படும் பிரமாண்ட சல்மா அணையையும் கட்டிக் கொடுத்திருக்கிறது. ஈரானின் சாபஹார் துறைமுகத்தையும் கட்ட இந்தியா முனைப்புடன் உள்ளது. இத்துறைமுகம் கட்டி முடிக்கப் பட்டால் ஆப்கானிஸ்தான் பாகிஸ்தானை மட்டும் நம்பி இருக்காமல் நம் நாட்டுடன் நேரடியாகவே வர்த்தகம் செய்ய முடியும்.

எதிர் காலம் :

பல வருடங்கள் சின்னாபின்னப்படுத்தப்பட்ட ஆப்கானிஸ்தான் 2002 முதல் சற்று நிம்மதிப் பெருமூச்சு விடுவதோடு வளர்ச்சிப் பாதைக்கும் சென்று கொண்டிருக்கிறது. இங்குள்ள தரிசு நிலங்கள் விளைநிலங்களாக மாறிக் கொண்டிருக்கின்றன. ஏற்றுமதியும் ஏறுமுகமாக உள்ளது. 2012ம் ஆண்டு புள்ளி விவரப்படி நாட்டின் மொத்த உற்பத்தி

ஆப்கானில் இந்திய ஜனாதிபதி

(GDP), 11 சதவீதம் உயர்ந்துள்ளது. நாட்டின் தொலை நோக்குக் கண்ணோட்டமாக புதிய காபூல் பெருந்திட்டம், துர்க்மெனிஸ்தானின் தௌலதாபாத்திலிருந்து ஆப்கானிஸ் தான் மற்றும் பாகிஸ்தான் வழியாக இந்தியாவின் ஃபஸில்காவுக்கு குழாய் மூலம் இயற்கை வாயு எடுத்துச் செல்லும் திட்டம் ஆகியவை ஆப்கானிஸ் தானிடம் உண்டு. முதல் திட்டம் மூலம் இன்னும் பலர் வசதியுடன் தலை நகரில் வசிக்க முடியும். இரண்டாம் திட்டத்தின் கடப்புக் கட்டணம் மூலம் வருமானம் கிடைக்கும். எல்லாம் சரிதான், இப்போது இருக்கின்ற நேட்டோ படைகள் இங்கிருந்து சென்றதும் நாட்டின் அன்றைய நிலை எவ்வாறிருக்கும் என்று எண்ண வேண்டியதாக இருக்கிறது. ஆனால் நம்பிக்கையுடன் உள்ளார் ஒருவர். அவரைப் பற்றிக் கீழே பார்ப்போம்.

நம்பிக்கையுடன் ஆப்கன் மலாலா :

மலாலா

மலாலா யூசுப்சாயைப் பற்றி நீங்கள் அறிந்திருக்கலாம். இந்தியாவின் கைலாஸ் சத்யார்த்தியுடன் சேர்ந்து பாகிஸ்தானின் மலாலா யூசுப்சாய் 2014ம் வருடம் அமைதிக்கான நோபல் பரிசைப் பெற்றவர். பெண் கல்விக்காகக் குரல் கொடுக்கும் அவர் ஏற்கனவே சுடப்பட்டவர். அவரின் அண்டை நாடான ஆப்கானிஸ்தானின் மலாலை ஜோயாவும் பெண்ணுரிமை மற்றும்

பெண் கல்விக்காகப் போராடி வருபவர். இதுவரை நடந்த பல கொலை முயற்சிகளில் இருந்து தப்பிய இவருக்குத் தான் அமைதிக்கான நோபல் பரிசு வழங்கப்பட்டிருக்க வேண்டும் என்று கூறினார் அமெரிக்க அறிஞர் நோம் சோம்ஸ்கி. இக்கருத்தை நோபல் பரிசு வென்ற பல பெண்களும் ஆதரித்துள்ளனர். தாலிபன்கள், அவர்களை அழிக்க வந்த அமெரிக்கா மற்றும் நேட்டோ படைகள், பின் அமைந்த அரசு எல்லாமே மக்களைப் பற்றிக் கவலைப்படவில்லை என்று சொல்லும் அவர் என்ன நம்புகிறார் தெரியுமா? "எங்கள் நாட்டுக்கென்று பெருமைப்படக்கூடிய வரலாறு இருக்கிறது. எங்களை நாங்களே முன்னேற்றிக் கொள்வோம்."

☆☆☆

௨
அஸர்பைஜான்

காகசஸ் நாடு :

காகசஸ் அல்லது பெரிய காகசஸ் மற்றும் சிறிய காகசஸ் என்பவை மலைகளின் பெயர்கள். இம்மலைத் தொடர்கள்

அஸர்பைஜான் வரைபடம்

செல்லும் பகுதியை 'ககாசியா' என்றும், இப்பகுதியில் உள்ள நாடுகளை 'காகசஸ் நாடுகள்' என்றும் சொல்கின்றனர். இப்பகுதி ஆசியா, ஐரோப்பா மற்றும் இவ்விரு கண்டங்களிலும் பரவியுள்ள ரஷ்யா ஆகியவற்றை இணைக்கும் பிரதான இடத்தில் அமைந்துள்ளது. இந்த காகசஸ் பகுதியில் உள்ள நாடுகளுள் அஸர்பைஜானும் ஒன்று. ஆர்மீனியா, ஜார்ஜியா என்பவை பிற நாடுகள்.

அரேபியர்களின் வசதிக்கேற்ப பெயர் மாற்றம் :

அஸர்பைஜான் முதலில் அஸர்பைகான் என்றுதான் இருந்தது. ஆட்ரோபதிஸ் என்பது இப்பகுதியை ஆண்ட ஒரு பாரசீக ஆளுநரின் பெயர். இந்தக் கிரேக்கச் சொல் பலமுறை திரிந்து கடைசியாக அஸர்பைகான் என்றாயிற்று. அஸர்பைகான் ஒரு பாரசீகப் பெயர். 'அஸர்' என்றால் நெருப்பு என்றும், 'பைகான்' என்றால் பாதுகாப்பவர் என்றும் பொருள். இப்போது அண்டை நாடாகவும், முன்பு இந்நாட்டை ஆட்சி புரிந்ததாகவும் விளங்கியது ஈரான். ஈரான் சோராஷ்டிர மதத்தின் தாயகமும், நெருப்பு அம்மதத்தோடு தொடர்புடையதும் ஆகும். இங்கு வந்த அரேபியர்களின் அரபி மொழியில் வல்லினமான 'பை', மெல்லினமான 'க' (ஆங்கிலத்தில் gun, game முதலிய சொற்களை உச்சரிப்பதைப் போன்று) ஆகிய ஒலிகள் இல்லாததால் அவர்கள் தங்கள் வசதிக்கேற்ப அஸர்பைகானை (Azerpaigan) அஸர்பைஜான் (Azerbaijan) என்று மாற்றிக் கொண்டனர். இந்தப் பெயரே இன்றுவரை நிலைத்து விட்டது.

கொடியில் துருக்கிய இனங்கள் :

அஸர்பைஜானின் கொடியில் நீலம், சிவப்பு மற்றும் பச்சை நிறங்களைக் காணலாம். சிவப்பில் வெள்ளை நிற இளம் பிறை மற்றும் எட்டு முனைகள் கொண்ட நட்சத்திரம் உள்ளன. நீலம் துருக்கிய சுதந்திரம் மற்றும் கலாச்சாரத்தையும், சிவப்பு முன்னேற்றம் மற்றும் நவீனத்தையும், பச்சை வளம் மற்றும் இஸ்லாத்தையும் குறிக்கின்றன. இளம் பிறையும்,

நட்சத்திரமும் இஸ்லாத் துடன் தொடர்பு டையனவே. நட்சத்திரத்தின் எட்டு முனைகள் அஸரி, டார்ட்டர், செல்ஜூக் போன்ற எட்டு வகையான துருக்கிய மக்களைக் காட்டு கின்றன.

அஸர்பைஜான் கொடி

இன்னொரு அஸர்பைஜான் :

பக்கத்து ஈரான் நாட்டுக்குள்ளும் அஸர்பைஜான் என்ற பெயரில் ஒரு பகுதி இருக்கிறது. இங்கும் அதே இனத்தைச் சேர்ந்தவர்கள் வாழ்கின்றனர். அவர்கள் ஒரே மொழியையும் பேசுகின்றனர்.

இரு கண்டங்களில் நாடு :

இந்நாட்டுக்கு இன்னொரு சிறப்பும் உண்டு. அஸர்பைஜானின் பெரும்பகுதி ஆசியாவில் இருந்தாலும் காஸ்பியன் கடலை ஒட்டியுள்ள ஒரு சிறிய பகுதி ஐரோப்பாவிலும் இருக்கிறது. எனவே இது ஆசியா மட்டுமின்றி ஐரோப்பாவிலும் தன்னை இணைத்துள்ளது. உதாரணமாக ஆசிய வளர்ச்சி வங்கி மற்றும் ஐரோப்பிய யூனியன் கூட்டமைப்பில் இந்நாடு உறுப்பினராக உள்ளது.

இரு தனித்தனிப் பகுதிகளாகவும் நாடு :

86,000 சதுர கிலோமீட்டர் பரப்பளவு கொண்ட அஸர்பைஜான் காகசஸ் நாடுகளிலேயே மிகப் பெரியது. இது காஸ்பியன் கடலுக்கு மேற்காக உள்ளது. நாடு ஒரே பகுதியாக இல்லாமல் ஒரு பெரிய பகுதியையும், ஒரு சிறிய பகுதியையும் தனித்தனியாகக் கொண்ட இரு பகுதிகள் அடங்கியது. சிறிய பகுதி நாட்டின் சுயாட்சி பெற்ற நக்சிவன் என்ற மாநிலம்

ஆகும். பெரிய பகுதியில் வேறு மாநிலங்கள் உள்ளன. இவ்விரு பகுதிகளுக்கும் இடையே இருப்பது ஆர்மீனியாவின் பிரதேசம் மற்றும் அந்நாட்டால் கைப்பற்றப்பட்ட அஸர்பைஜானின் இடம். மொத்தத்தில் ரஷ்யா, ஜார்ஜியா, ஆர்மீனியா, ஈரான், துருக்கி ஆகிய நாடுகள் அஸர்பைஜானைச் சூழ்ந்துள்ளன. காஸ்பியன் கடலும் இதன் கடல் எல்லையாக இருந்தாலும் இது உள்நாட்டுக் கடல் என்பதால் இந்நாட்டை நிலத்தால் சூழப்பட்ட நாடு என்றே சொல்கிறோம். இக்கடலில் இந்நாட்டுக்குச் சொந்தமாகப் பல பெரிய மற்றும் சிறிய தீவுகளும் உண்டு.

நில அமைப்பு :

அஸர்பைஜான் பலவிதமான நில அமைப்புகளை உடையது. மலைகள், காடுகள், பீடபூமிகள், சமவெளிகள், பள்ளத்தாக்குகள் முதலியவை இங்குள்ளன. நாட்டின் வடக்கில் இருப்பது 'போல்ஷோய் கௌகஸ்' என்ற பெரிய

பெரிய காகசஸ் மலை

காகசஸ் மலை. இதன் 4480 மீட்டர் உயரம் கொண்ட பஸர் டுயூஸி இம்மலையின் மிகவும் உயரமான சிகரம். தெற்கில் உள்ளது 'மலிய் கௌகஸ்' எனப்படும் சிறிய காகசஸ் மலை. இவை தவிர்த்து டாலிஸ் என்ற இன்னொரு மலையும் உண்டு. மலைகள் நாட்டின் மூன்றில் ஒரு பகுதிக்கும் கூடுதலான இடத்தைக் கொண்டுள்ளன. நாட்டில் ஓடும் பெரும்பான்மை யான ஆறுகள் காகசஸ் மலைகளிலிருந்து உற்பத்தியாகி காஸ்பியன் கடலில் கலக்கின்றன. இங்கு நூற்றுக்கணக்கான ஆறுகள் பாய்ந்தாலும் குரா மற்றும் அதன் துணை நதி அரக்ஸ் முக்கியமானவை. இந்நதிகள் ஒரு வளமான பரந்த சமவெளியை ஏற்படுத்தி நாட்டைச் செழிப்பாக்குகின்றன. நாட்டின் மிகப்பெரிய ஏரியான மின்க சௌர் மின்சாரம் எடுக்க கைக்கொடுக்கிறது. ஷிர்வன்ஸ்கயா, மில்க்ஸ்கயா, முகன்ஸ்கயா முதலியவை நாட்டின் பெரிய ஸ்டெப்பி புல்வெளிகள்.

காலநிலை :

நாட்டில் பல வித்தியாசமான காலநிலைகள் நிலவு கின்றன. பூஜ்யத்துக்கும் கீழே உள்ள குளிரான இடங்களும் உண்டு. இதற்கு நேர்மாறாக நல்ல வெப்பமான இடங்களும் உள்ளன. நம் நாட்டின் இமயமலையைப் போன்று இங்குள்ள காகசஸ் மலை வடக்கிலிருந்து வீசும் குளிரான காற்றைத் தடுத்து விடுகின்றது. ஆகவே மலையின் உயரமான இடங்களில் குளிர் இருக்கும் அதே வேளையில் மலையடிவாரங்களிலும், சமவெளிகளிலும் இதமான காலநிலையே உள்ளது. மழையைப் பொறுத்தவரை சமவெளிகளில் குறைவாகவும், மேட்டு நிலங்கள் மற்றும் தென் கிழக்குக் கடற்கரைப் பகுதிகளில் அதிகமாகவும் பெய்கிறது.

அதிசய எரிமலை :

அஸர்பைஜான் பல இயற்கை அதிசயங்களுக்குப் பெயர் பெற்றது. நாட்டின் மேற்குப் பகுதியில் ஏராளமான சேறுடன் கூடிய எரிமலைகளையும், மருத்துவ குணமிக்க நீரூற்றுகளையும்

காணலாம். தலைநகர் பாகுவின் (Baku) அருகிலுள்ள அப்சரான் என்ற இடத்தில் 'யானார் டாக்' என்ற ஓர் எரிமலையைப் பார்க்கலாம். இதன் ஒரு பகுதியில் மெல்லிய துளைகள் நிறைந்த மணலால் ஆன பாளங்களிலிருந்து இயற்கை வாயுவால் ஏற்படுகின்ற தீ எரிந்து கொண்டே இருக்கிறது. இதைக் காண்பதற்கென்றே பெருங்கூட்டம் வருகிறது.

தாவரங்களும், விலங்குகளும் :

அஸர்பைஜான் தபால்தலையில் தேசீய விலங்கான காரபாக் குதிரை

அஸர்பைஜான் எண்ணற்ற தாவரங்களுக்கும், விலங்குகளுக்கும் புகலிடமாகும். காகசஸ் நாடுகளில் காணப்படும் பலவகையான தாவர இனங்களில் பாதிக்கும் மேற்பட்டவை இங்குதான் உள்ளன. மலைச் சரிவுகளில் புங்கை, ஓக், பைன் முதலிய மரங்கள் வளர்கின்றன. இந்நாடு ஏராளமான விலங்குகள் மற்றும் பறவைகளுக்கும் புகழ் பெற்றது. தேசீய விலங்கான அழகிய காரபாக் குதிரை, நீண்ட கொம்புடன் கூடிய காகசஸ் மலை ஆடு, தங்கக் குள்ள நரி, வரிக்கழுதைப் புலி, பழுப்பு நிற ஓநாய் போன்றவை இங்கு வாழும் மிருகங்கள். தங்கக் கழுகு, நாரை, பெலிகன், மரங்கொத்தி முதலிய நானூறு வகையான பறவைகளையும் இங்கே பார்க்கலாம்.

ஆதி காலம் :

அஸர்பைஜானின் வரலாறு மிகவும் பழமையானது. ஆதி காலம் முதல் மனிதன் இங்கு வாழ்ந்ததற்கான சான்றுகளாக இங்குள்ள பல குகைகள் விளங்குகின்றன. குறிப்பாக இந்நாட்டின் அஸிக் குகை மூலம் இங்கு வாழ்ந்த மனிதர்கள்

யுரேசியாவின் மிகவும் பழமை வாய்ந்தவர்கள் என்பதை அறிய முடிகிறது. கொபஸ்தான் பாறையில் காணப்படும் வேட்டையாடுதல், மீன் பிடித்தல், நாட்டியமாடுதல் போன்ற சித்திரங்கள் அவர்கள் மேற்கொண்ட தொழில்களுடன் பொழுதுபோக்குகளிலும் ஈடுபட்டிருந்தனர் என்பதைத் தெரிந்து கொள்ளலாம்.

உருவான அரசுகள் :

காலப்போக்கில் அரசுகள் அமைந்தன. மீதர் (Medes), ஆக்கமீனியர், அலெக்ஸாண்டர் மற்றும் அவருக்குப்பின் வந்த

கொபஸ்தான் பாறையிலுள்ள ஓர் ஓவியம் (ஆதி காலம்)

செலூஸிட் முதலியோர் கிறிஸ்துவின் பிறப்புக்கு முன்னர் நாட்டை ஆண்டவர்களில் முக்கியமானவர்கள். கிறிஸ்துவின் பிறப்புக்குப் பின் ஆனால் அரேபியரின் வருகைக்கு முன் சிறப்புடன் ஆட்சி செய்தவர்கள் சசேனியர்கள். அல்பேனியர்களின் காலத்தில் கிறிஸ்துவ மதம் வளர

ஆரம்பித்தது. மன்னர் உர்னைர் கிறிஸ்துவராக மாறியதோடு அதை நாட்டின் மதமாகவும் அறிவித்தார். என்றாலும் இங்கு நெடுங்காலமாக இருந்த சோராஷ்டிர சமயம் தொடர்ந்து மக்களால் ஏற்றுக் கொள்ளப்பட்டு அவர்கள் தீயை வணங்குபவர்களாகவே இருந்தனர்.

முஸ்லிம்களின் வருகை :

கி.பி. 7ம் நூற்றாண்டின் பிற்பகுதியில் முஸ்லிம்கள் சசேனியர்களையும், பைஸாந்தியர்களையும் வென்று காகசஸில் நுழைந்தனர். அவர்களுக்கு முதலில் சவாலாக இருந்த கிறிஸ்துவ மன்னர் ஜவன்ஷீன் வழிக்கு வரவே முஸ்லிம்களின் வேலை எளிதாயிற்று. குரா மற்றும் அரக்ஸ் நதிகளுக்கிடையே உள்ள பகுதியை அவர்கள் ‘அரன்’ என்றனர். பஸ்ரா, கூஃபா (இவை இரண்டும் இன்றைய ஈராக்கில் உள்ளவை) முதலிய இடங்களிலிருந்து அஸர்பைஜானுக்கு வந்தவர்கள் இங்கிருந்த மக்கள் விட்டுச் சென்ற நிலங்களைப் பயிரிட ஆரம்பித்தனர். அப்பாஸிகளுக்குப் பிறகு ஷாஜித், புயித் போன்ற பல அம்சங்கள் ஆண்டன.

ஓகுஸ், கஸ்னவி மற்றும் செல்ஜூக்குகள் :

கி.பி. 11ம் நூற்றாண்டின் தொடக்கத்தில் மத்திய ஆசியாவின் துருக்கிய ஓகுஸ் நாடோடிகளின் கையில் இருந்த நாடு பின்பு வடக்கு ஆப்கானிஸ்தானை மையமாகக் கொண்டிருந்த கஸ்னவிகளின் கைக்கு மாறியது. அடுத்து வந்தவர்கள் துருக்கிய செல்ஜூக்குகள் (Seljuks). இவர்களின் காலத்தில் அஸர்பைஜான் பேரும், புகழுடனுடன் திகழ்ந்தது. அப்போது இங்குள்ள அரண்மனைகள் பிரசித்தி பெற்ற கைவினைஞர்கள், விஞ்ஞானிகள், தத்துவ மேதைகள் முதலியோர் கூடும் இடமாக விளங்கின.

மங்கோலிய தைமூர் முதல் பாரசீக நாதிர் ஷா வரை :

கி.பி. 13ம் நூற்றாண்டில் ஏற்பட்ட மங்கோலியப் படையெடுப்புகளால் எண்ணற்றோர் உயிரிழந்தனர். ஷம்கீர்,

தோவுஸ், ஷப்ரான் போன்ற நகரங்கள் தரைமட்டமாயின. இதற்கு அடுத்த நூற்றாண்டு இங்கு படையெடுக்க வந்த துருக்கிய மங்கோலியரான தைமூர் தனது பேரரசையும் ஏற்படுத்தினார். இதற்கு அவருக்குப் பெரிதும் துணை புரிந்தவர்கள் ஷிர்வன்ஷாக்கள் (Shirvanshahs). இவர்கள் சூபி இயக்கத்தின் மீது பற்றுக் கொண்ட உள்ளூர் அரசர்கள். தைமூரின் இறப்புக்குப் பின் அரசு இரண்டாகப் பிளந்தாலும் அவரது மகன் ஷாருக் கானும் பல ஆண்டுகள் ஆண்டுள்ளனர். ஷபாவிதுகள் – ஷியாக்கள். இவர்களின் ஆட்சியின்போது நாடு ஷியாமயமாயிற்று. இவர்களுக்கு ஷிர்வன்ஷாக்களும், துருக்கியர்களும் ஒத்து வராததால் அவர்களுடன் அடிக்கடி மோதிக் கொண்டனர். இவர்களுக்குப் பின் அரியணை ஏறியவர் நாதிர் ஷா. இவர் இங்குள்ள முகன் என்ற இடத்தில் பட்டம் சூட்டிக்கொண்டு ஆட்சி செய்தவர்.

ரஷ்யா :

அஸர்பைஜான் அஃஷர், காஜர் போன்ற பாரசீக வம்சங்களாலும், உஸ்பெக் கான்களாலும் ஆளப்பட்டது. இங்கு பாகு போன்ற பல இடங்களில் பெட்ரோல் அதிகமாக இருப்பது தெரிய வந்ததும் ரஷ்யா தனது கழுகுக் கண் பார்வையை இந்நாட்டின் மீது திருப்பியது. கம்யூனிஸத் தலைவர் லெனின் கூறிய வார்த்தைகளைக் கேளுங்கள். “பாகு இல்லாவிட்டால் ரஷ்யாவால் நிலைக்க முடியாது. எனவே எங்கள் ஆக்கிரமிப்பு தவிர்க்க முடியாதது”. ரஷ்யாவுக்கும், பாரசீகத்துக்கும் இடையே ஏற்பட்ட இரண்டு போர்களிலும் ரஷ்யா வெற்றி பெற்றது. இங்குள்ள எண்ணெய் வளத்தைக் கண்டு பல ஐரோப்பியர்களும் இங்கு வந்து பணக்காரர்கள் ஆனார்கள். ஆனால் பல உள்ளூர் முஸ்லிம்கள் இந்த எண்ணெய் வயல்களில் வேலை செய்தனர். இதற்கிடையே முஸ்லிம் களுக்கும், ஆர்மீனியர்களுக்கும் இடையே இனக்கலவரங்கள் ஏற்பட்டன. ரஷ்யர்களோ பிரித்தாளும் கொள்கையைப் பயன்படுத்தி தங்களின் ஆட்சியை வலுப்படுத்திக் கொண்டனர்.

சோவியத் யூனியன் :

ரஷ்யாவின் ஆட்சி முடிவுக்கு வந்ததும் அஸர்பைஜான், ஆர்மீனியா, ஜார்ஜியா ஆகியவை சேர்ந்து 1922ம் வருடம் சோவியத் யூனியனின் கீழ் 'ட்ரான்ஸ் ககாசியா' என்ற ஒரு ஜனநாயகக் குடியரசை ஏற்படுத்தின. ஆனால் இது வெகுநாள் நீடிக்கவில்லை. 1936-ல் அஸர்பைஜான் அக்குடியரசிலிருந்து பிரிந்து சோவியத் யூனியனின் கீழ் ஒரு தனி நாடாக மாறியது. உடனேயே இந்நாடு முஸ்லிம் உலகிலேயே இக்கால முதல் நாடாளுமன்றத்தை அமைத்தது, முஸ்லிம் பெண்களுக்கு முதன்முதலாக வாக்குரிமை அளித்தது, பல்கலைகழகங்கள் தொடங்கியது என்பன போன்ற பல சீர்திருத்தங்களைச் செய்தது.

இரண்டாம் உலகப் போர் :

நாட்டின் அமைதி நீண்ட நாள் நீடிக்கவில்லை. மக்கள் அரசால் சமயம் மற்றும் கலாச்சாரம் சார்ந்த பல நெருக்கடிகளுக்கு ஆளானார்கள். எனினும் 1939ம் ஆண்டு இரண்டாம் உலகப் போர் ஏற்பட்டதும் அவர்கள் தாய் நாட்டுக்காக உதவ முன் வந்தனர். நாட்டு மக்களின் ஐந்தில் ஒருவர் ஜெர்மனியை எதிர்த்துப் போரிட்டனர். இவர்களில் ஒரு லட்சம் பெண்களும் அடங்குவர். போரில் சோவியத் யூனியனின் எரிபொருள் தேவையை இங்குள்ள எண்ணெய் வயல்கள் பெரிதும் பூர்த்தி செய்தன. 2 லட்சத்துக்கும் மேற்பட்டோர் உயிர் துறந்தனர். எண்ணற்றோர் காணாமலும், காயமடைந்தும் போயினர். இவர்களின் சேவையைப் பாராட்டி பலருக்கு 'வீரர்' விருதுகள் வழங்கப்பட்டன. மேஜர் ஜெனரல் அலி அசனோவ் இவ்விருதை இரண்டு முறை பெற்றார்.

அதிர்ச்சியில் நாடு :

சோவியத் யூனியனிலிருந்து பிற நாடுகள் பிரிந்ததைப் போன்று அஸர்பைஜானும் 1991ம் ஆண்டு அக்டோபர் 18ல் விலகி தனி நாடாக மலர்ந்தது. ஆனால் நாட்டுக்கு அதிர்ச்சி

ஏற்படும் வகையில் ஆர்மீனியாவுடன் நடந்த சண்டையில் தனது நகர்னோ - காரபாக் என்ற பகுதியை இழந்தது. இது நாட்டின் உட்பகுதியாக ளநிர்வகிக்கப்பட்டாலும் ஆர்மீனிய கிறிஸ்துவர்களே இங்கு பெரும்பான்மையாக இருந்தனர். இப்பகுதி நாட்டின் பரப்பில் 15 சதவீதம் ஆகும். இதை மீட்க ஐக்கிய நாடுகள் பாதுகாப்பு சபை பல முறை தீர்மானம் நிறைவேற்றியும் இன்று வரை எதுவும் நடக்கவில்லை. தனது கசப்பான அனுபவத்திற்குப் பிறகு அஸர்பைஜான் ராணுவச் செலவுக்காக வருடத்திற்குச் சுமார் 4 பில்லியன் அமெரிக்க டாலரை செலவழித்து வருகிறது. இத்தொகை ஆர்மீனியாவின் மொத்த பட்ஜெட்டை விடவும் கூடுதல். ஆர்மீனியாவின் ராணுவச் செலவு அதன் வருவாயைப் பெருமளவில் விழுங்குவதுடன் அதன் பொருளாதாரத்தையும் பாதித்துள்ளது. எனினும் இரு நாடுகளுக்கிடையேயான இறுக்கமான சூழ்நிலை இன்றுவரை தொடரத்தான் செய்கிறது.

உயர் நடுத்தரப் பொருளாதாரம் :

அஸர்பைஜான் உயர் வருமானம் உடைய ஒரு நடுத்தர நாடு. உலக வங்கியின் ஓர் அறிக்கையின்படி வணிகம் செய்வதற்கான உலகின் 10 நாடுகள் பட்டியலில் இதற்கும் இடமுண்டு. மேலும் உலகளாவிய போட்டியில் இப்பிராந்தியத்தின் சுதந்திர நாடுகள் கூட்டமைப்பில் (CSI) உள்ள மற்ற நாடுகளுக்கு மேலாகவும் உள்ளது. காகசஸ் நாடுகளிலேயே அதிகப்படியான விளைநிலங்களை உடையது அஸர்பைஜான். நாட்டின் கால் பங்கு பகுதி வேளாண்மை செய்வதற்கு ஏற்றதாகும். தானியங்கள், கிழங்குகள், பழங்கள், புகையிலை, பருத்தி, மருத்துவக் குணமிக்க தாவரங்கள் முதலியவற்றுடன் இங்குள்ள புல்வெளிகள் மற்றும் காலநிலை கால்நடைகள் வளர்த்தல், பால் சார்ந்த பொருட்கள் செய்தல், திராட்சை வளர்த்தல் மற்றும் அதிலிருந்து மதுபானங்கள் தயாரித்தல் ஆகியவற்றிற்கும் உகந்ததாக இருக்கின்றன. கனிமங்களுக்கும் பஞ்சமில்லை. பெட்ரோலியம், தங்கம், வெள்ளி, இரும்புத் தாது, உருக்கு, செம்பு, டைட்டானியம்,

குரோமியம், பாக்ஸைட், மங்கனீஸ், கோபால்ட் போன்றவை இங்கு கிடைக்கின்றன.

அரசியல் மற்றும் இனம் :

நாடு 10 மாநிலங்கள் அடங்கியது. இவை பொருளாதாரப் பகுதிகள் (economic regions) என்று அழைக்கப்படுகின்றன. இவற்றுள் நக்சிவான் பூகோள அமைப்பின்படி நாட்டின் பிற பகுதிகளிலிருந்து தள்ளி இருப்பதைப் போல தனி பாராளுமன்றம் கொண்ட சுயாட்சி பெற்ற குடியரசும் ஆகும். நாட்டின் தலைவராக அதிபரும் (இவர் மக்களால் நேரடியாகத் தேர்ந்தெடுக்கப்படுபவர்) அரசின் தலைவராக பிரதமரும் (பாராளுமன்ற உறுப்பினரான இவர் அதிபரால் நியமிக்கப்படுபவர்) செயல்படுகின்றனர். இப்போது அதிபராக இல்ஹம் அலியேவும், பிரதமராக ஆர்ட்டர் ரைசிஸாதேவும் பதவி வகிக்கின்றனர். ஒரு கோடிக்கும் கொஞ்சம் குறைவான மக்கள்தொகை உள்ள இங்கு அஸரி இனத்தவர் 90 விழுக்காடுக்கும் கூடுதலாக உள்ளனர். ஆர்மீனியர், ரஷ்யர், டாலிஷ், லெஸ்கின் முதலியவர்கள் இதர இனத்தினர்.

ஈரானுக்கு அடுத்து அதிக சதவீத ஷியாக்கள் :

மதம் வாரியாகப் பார்த்தால் 95 விழுக்காட்டினர் முஸ்லிம்கள். இவர்களின் 85 சதவீதம் பேர் ஷியாக்கள். உலகிலேயே ஈரானுக்கு அடுத்தபடியாக அதிக சதவீதமாக ஷியாக்கள் வசிக்கும் நாடு என்ற பெருமையை அதன் பக்கத்து நாடான அஸர்பைஜான் பெற்றுள்ளது. இங்கு முஸ்லிம்கள் அதிகமாகக் காணப்பட்டாலும் இது ஒரு சமயச் சார்பற்ற நாடு. இங்குள்ள கிறிஸ்துவர்களில் பெரும்பான்மையோர் ரஷ்ய மற்றும் ஜார்ஜிய வைதீகப் (orthodox) பிரிவைச் சார்ந்தவர்கள். பட்டுச் சாலை (Silk Route) வணிகம் செழித்து வளர்ந்த காலத்தில் இந்து வணிகர்களும் அஸர்பைஜான் வந்துள்ளனர். அவர்களில் பலர் இன்று பாகிஸ்தானில் இருக்கும் முல்தான், சிந்து முதலிய இடங்களிலிருந்து வந்தவர்கள். இப்போது இங்கு நிரந்தரமாகத் தங்கி விட்டவர்கள் நானூறு அல்லது ஐநூறு

பேர் மட்டும்தான். இவர்கள் பாகுவில் உள்ள ஒரு நெருப்புக் கோவிலை தங்கள் வழிபாட்டுத் தலமாக வைத்துள்ளனர்.

அவதிக்குப் பின் நிம்மதி :

கம்யூனிஸ்டுகளின் காலத்தில் முஸ்லிம்கள் தங்கள் கொள்கைகளைப் பின்பற்ற மிகவும் அவதிக்குள்ளாயினர். உலமாக்கள் என்ற மதகுருக்கள் ஒழிப்பு, மார்க்கக் கல்வி தரும் மதரஸாக்கள் மூடல், மசூதிகள் நிர்மூலம் என்ற மும்முனைத் தாக்குதல் தீவிரமடைந்தது. நாத்திகத்தைப் போதிக்க ஆசிரியர்கள் நியமிக்கப்பட்டனர். நாடு விடுதலை பெற்றபின் மக்கள் சுதந்திரமாகத் தங்கள் மதத்தைப் பின்பற்ற முடிகிறது. கொபஸ்தானில் அமைந்த ஒரு கற்காலக் குகை பள்ளிவாசலாக மாற்றப்பட்டுள்ளது. ஈரான், சவுதி அரேபியா, ஓமன் போன்ற நாடுகளின் உதவியால் நாட்டின் பல பகுதிகளிலும் மசூதிகள் கட்டப்பட்டு வருகின்றன.

குறைவான இந்தியர்கள் :

வணிகம், கலாச்சாரம் முதலிய துறைகளில் இந்தியாவுக்கும், அஸர்பைஜானுக்கும் இடையில் நீண்ட

வர்த்தகம் சார்பான ஒப்பந்தத்தில் இருநாட்டு உயர் அலுவலர்கள் கையெழுத்திடும் காட்சி

காலமாக நெருங்கிய தொடர்பு இருந்தது. இன்று தலைநகர் பாகுவில் காணப்படும் அதெஸ்கா என்ற நெருப்புக் கோவில் இந்தியர்களால் கட்டப்பட்டது. இக்கோவிலில் தேவனாகிரி மற்றும் குர்முகி எழுத்துக்களை இப்போதும் காணலாம். இப்பகுதியில் ரஷ்யா மற்றும் சோவியத் யூனியன் ஆதிக்கம் செலுத்தியது, எண்ணெய் வளம் கண்டு பிடிக்கப்பட்டது. ஐரோப்பியர்களின் வருகை போன்ற காரணங்களால் இங்கு வாழ்ந்த பல இந்தியர்கள் இங்கிருந்து சென்றிருக்கலாம். தற்போது சுமார் 2000 இந்தியர்கள் மட்டும் இந்நாட்டில் உள்ளனர்.

வாணிபம் :

பாகுவுக்கு வெளியே உள்ள காஸ்பியன் கடலிலிருந்து பெட்ரோல் எடுக்கப் பயன்படும் டெரிக் அமைப்புகள்

ஓரளவு வாணிபமும் இரு நாடுகளுக்கிடையே நடைபெறுகிறது. அஸர்பைஜான் பெட்ரோல், கால்நடைகளின் தோல்கள் போன்றவற்றை இந்தியாவுக்கு ஏற்றுமதியாகவும், இந்தியாவிலிருந்து மருந்துகள், வாகனங்கள், இயந்திரங்கள் முதலியவற்றை இறக்குமதியாகவும் செய்கிறது. 2015ல் இதன் ஏற்றுமதி 300 மில்லியன் அமெரிக்க டாலரும், இறக்குமதி 35 மில்லியன் டாலரும் ஆகும்.

தலைவர்களின் பயணம் :

இரு நாட்டுத் தலைவர்களின் பரஸ்பர நல்லுறவுப் பயணத்தைப் பொறுத்தவரை பெரிய அளவில் இல்லை. அஸர்பைஜான் சோவியத் யூனியனுடன் சேர்ந்திருந்தபோது பிரதமர் ஜவஹர்லால் நேருவும், குடியரசுத் தலைவர் ராதாகிருஷ்ணனும் இங்கு வந்த முக்கியத்

தலைவர்கள். அதன் பிறகு பிரதமர் மற்றும் குடியரசுத் தலைவர் என்ற நிலையில் யாரும் இங்கு வந்தது கிடையாது. அது போன்று அஸர்பைஜான் விடுதலை பெற்றபின் இந்நாட்டின் உயர்மட்டத் தலைவர்கள் யாரும் இந்தியாவுக்கு வந்ததாகத் தெரியவில்லை. ஆனால் இரு நாட்டு அரசுகளின் செயலர்கள் மற்றும் அமைச்சர்கள் தத்தம் நட்பு நாட்டுக்குப் பயணம் மேற்கொள்கின்றனர்.

சாதனைகளுடன் பாரம்பரியம் :

சமீபகாலமாக அஸர்பைஜான் எல்லாத் துறைகளிலும் நல்ல வளர்ச்சியைப் பெற்று வருகிறது. அனேகமாக இங்கு

காரி காஸ்பரோவ்

எல்லோரும் படித்தவர்கள். விளையாட்டைப் பொறுத்தவரை சதுரங்கம் இங்கு பிரபல்யமாக உள்ளது. பல முறை உலகச் சாம்பியனாகவும், உலகச் சதுரங்கப் போட்டியில் நமது நாட்டின் விஸ்வநாதன் ஆனந்தைத் தோற்கடித்த மாக்னம் கார்லஸின் பயிற்சியாளராகவும் இருந்த காரி காஸ்பரோவ் இந்நாட்டில் பிறந்தவர்தான். 2013ல் தனது முதல் விண்கலத்தை வெற்றிகரமாக ஏவிய இந்நாடு பிற அறிவியல் துறைகளிலும் நல்ல முன்னேற்றம் அடைந்துள்ளது. இங்குள்ளவர்கள் நல்ல

ஆயுட்காலத்தைக் கொண்டுள்ளனர். எண்பது வயதைக் கடந்தவர்களும் திடகாத்திரமாக வேலை செய்வதும், ரம்மியமான திறந்தவெளியில் சூடான மற்றும் இனிப்பான தேனீரை ஆண்களே தயாரித்து சின்ன கண்ணாடிக் குவளைகளில் அருந்தி மகிழ்வதும் நாட்டின் பல இடங்களில் நாம் காணும் காட்சிகள்.

☆☆☆

3

பஹ்ரைன்

சின்னஞ்சிறு நாட்டின் சிறப்புப் பெயர்கள் :

உலக வரைபடத்திலோ அல்லது கோளத்திலோ பஹ்ரைன் நாட்டைப் பார்க்க வேண்டுமென்றால் உடனே

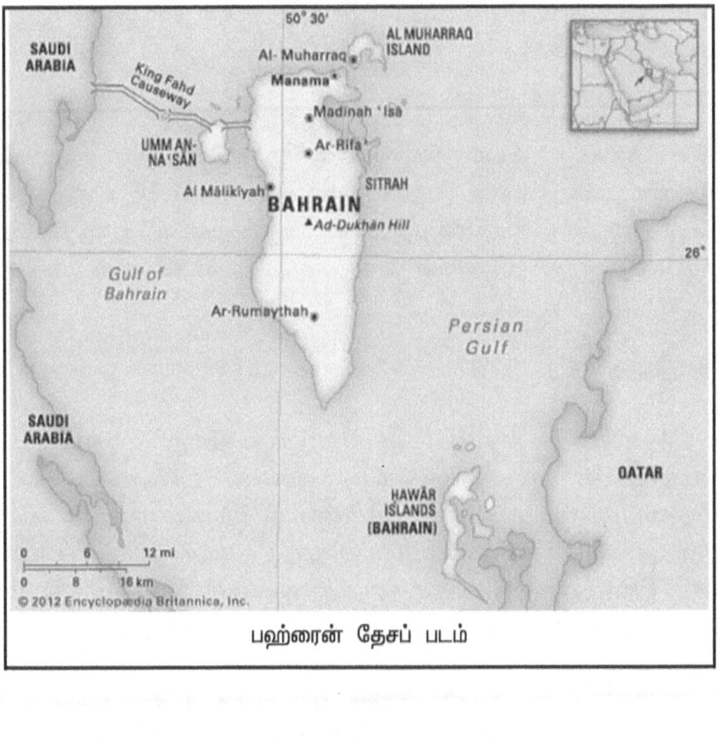

பஹ்ரைன் தேசப் படம்

அது நம் கண்களுக்குத் தென்படுவதில்லை. பாரசீக வளை குடாவில் ஏதோ ஒரு புள்ளியைப்போலக் காட்சி தருவதை வைத்தும், அதனருகே பஹ்ரைன் என்று எழுதப்பட்டிருப்பதை வைத்தும் அந்நாட்டைக் கண்டுபிடித்துவிடலாம். அந்த அளவு சின்னஞ் சிறு நாடு பஹ்ரைன். ஆனால் இதற்குத்தான் எத்தனைச் சிறப்புப் பெயர்கள்! 'இனிப்பான நீருடைய நாடு', 'லட்சக்கணக்கான பேரீச்சம் பழங்களின் நாடு', 'அரேபியாவின் முத்து', 'மேற்காசியாவின் நுழைவு வாயில்' என்பவைதான் அவை.

பெயரில் இரண்டு கடல்கள் :

அரபி மொழியில் இந்நாட்டின் பெயர் 'மக்லத் அல் பஹ்ரைன்'. இதைத் தமிழில் 'பஹ்ரைன் முடியரசு' எனலாம். இரு கடல்கள் என்ற பொருளைக் கொண்டது பஹ்ரைன். இந்த இரண்டு கடல்கள் எவை என்பதுதான் சரியாகத் தெரியவில்லை.

பழைய பெயர் :

நாட்டின் பழைய பெயர் தில்மூன். முதலில் மேன்மை யான அல்லது உயர் குலத்துக்குரிய என்ற அர்த்தமுடைய தில்மூன் என்றுதான் பஹ்ரைன் அழைக்கப்பட்டது. மகா அலெக்ஸாண்டர் தில்மூனுக்கு அருகிலுள்ள நாடுகளுக்கு வந்தபோது இது 'தில்வான்' என்றும், பின் 'தைலோஸ்' என்றும் மாறியது.

இனிப்பான நீர் :

தில்மூன் என்ற பெயர் எவ்வாறு ஏற்பட்டது என்பதற்கான பல கதைகளும் உள்ளன. நின்ஹர்ஸக் என்ற பூமியின் பெண் கடவுளும், பூமிக்குக் கீழே உள்ள இனிப்பான கடல் கடவுளான என்கீயும் வாழ்ந்து வந்தனர். அப்போது என்கீ தில்மூனை இனிப்பான நீருடையதாகவும், பூமியிலுள்ள எல்லாப் பழங்கள் நிறைந்ததாகவும் ஆக்கினார்.

"எனவே இங்கு அண்டங்காக்கைகள் கரைவதில்லை;
சிங்கங்கள் யாரையும் கொல்வதில்லை
எனது கண்களோ அல்லது தலையோ நோய்வாய்பட்
டுள்ளது என்று யாரும் சொல்வதில்லை
யாரும் தன்னை வயதான மனிதன் என்றோ அல்லது
வயதான பெண் என்றோ கூறுவதில்லை

...

இங்குள்ள வயல்கள் தானியங்களைத் தரட்டும்
இங்குள்ள நகரங்கள் உலகின் துறைமுகங்களாகட்டும்"

இது இங்குள்ள ஒரு பாடலின் சில வரிகள்.

ஏமாந்த மன்னன் :

இந்நாட்டைப் பற்றி 'கில்கமெஸ்' என்ற ஒரு வீரகாவியமும் உண்டு. இக்காவியம் என்ன சொல்கிறது என்று பார்ப்போம். வயோதிகர்களே இல்லாத தில்மூனுக்கு உருக் நாட்டு மன்னன் கில்கமெஸ் கடலுக்கடியிலிருந்து ஒரு பூவை எடுத்ததும் அவனுக்கு இளமை திரும்பியது. பின் தன் நாட்டுக்குத் திரும்பும் வழியில் ஓய்வெடுக்கும்போது அவன் தூங்கி விட்டான். அப்போது கடலிலிருந்து ஒரு பாம்பு வந்து அந்தப் பூவைத் தின்றதும் அதற்கு இளமை திரும்பிற்று. மன்னனோ ஏமாற்றப்பட்டு திரும்பவும் தன் பழைய நிலைக்கு வந்தான்.

கொடியில் வெள்ளை மற்றும் சிவப்பு :

நாட்டின் தேசியக் கொடி இஸ்லாத்துடன் தொடர்புடையதாக இருக்கிறது. செவ்வக வடிவிலான இக்கொடி இடது புறம் ஒரு பங்கு வெள்ளை நிறத்தையும் வலது புறம் ஒரு பங்கு சிவப்பு நிறத்தையும்

பஹ்ரைன் தேசியக் கொடி

கொண்டது. சிவப்பு காரிஜித் முஸ்லிம் இனத்துக்குப் பிடித்த நிறம். வெள்ளை அமைதியைக் குறிக்கிறது. இவ்விரு நிறங்களும் நேரான கோட்டால் பிரிக்கப்படாமல் அலை போன்ற கோட்டால் பிரிக்கப்பட்டுள்ளன. இதனால் இரண்டு நிறங்களும் சேருகின்ற இடத்தில் ஐந்து முக்கோணங்கள் தெரிகின்றன. இவ்வைத்து முக்கோணங்களும் இஸ்லாத்தின் ஐந்து அடிப்படைக் கொள்கைகளைக் குறிக்கின்றன. ஷஹாதா (நம்பிக்கை), சலாத் (தொழுகை), ஸகாத் (தர்மம்), சௌம் (நோன்பு), ஹஜ் (மக்காவுக்குப் புனித பயணம்) ஆகிய இவைதான் அந்த ஐந்து கொள்கைகள் மற்றும் கடமைகள்.

தீவுக் கூட்டம் :

பாரசீக வளைகுடாவில் கிடக்கும் பஹ்ரைன் சவுதி அரேபியாவுக்கும், கத்தாருக்கும் இடையில் உள்ள ஒரு தீவுக் கூட்ட நாடாகும். இந்நாட்டுக்கு மேற்கில் அமைந்துள்ள சவுதியும், கிழக்கில் உள்ள கத்தாரும் இங்கிருந்து சுமார் 65 கிலோ மீட்டர் தொலைவிலேயே உள்ளன. நாட்டின் மிகப்பெரிய தீவு பஹ்ரைன். 55 கிலோ மீட்டர் நீளமும், 18 கிலோ மீட்டர் அகலமும் கொண்ட இது நாட்டின் மொத்தப் பரப்பில் 85 சதவீதத்துக்கும் கூடுதலாகும். முஹர்ரக், உம்மன் நஸன், சித்றா, ஹவார் முதலிய ஓரளவு பெரிய தீவுகளும், வேறு பல சிறிய தீவுகளும் உள்ளன. இந்தத் தீவுகளை இரண்டு வகையாகவும் பிரிக்கலாம். பஹ்ரைன் மற்றும் முஹர்ரக் போன்ற இதன் அருகிலுள்ள தீவுகளை ஒரு தொகுதியாகவும், கத்தாருடன் வெகு நாட்களாக சர்ச்சைக்குரியதாக இருந்ததும், அந்நாட்டுக்கு அருகிலும் உள்ள ஹவார் தீவுகளை இரண்டாவது தொகுதியாகவும் கொள்ளலாம். முதலில் 33 தீவுகளுடன் காணப்பட்ட பஹ்ரைன் கடலை நிலமாக மாற்றியதன் மூலம் 80க்கும் மேற்பட்ட தீவுகளைக் கொண்டு இன்று விளங்குகிறது.

பாலங்களால் இணைப்பு :

நாட்டின் வடகிழக்கில் உள்ள முஹர்ரக் மற்றும் சித்ரா தீவுகள் பஹ்ரைனுடன் சாலைப்பாலத்தால் இணைக்கப் பட்டுள்ளன. மட்டுமல்ல பஹ்ரைன் 25 கிலோ மீட்டர் நீளமான 'ஃபஹத் மன்னர் பாலம்' என்ற ஒரு சாலைப் பாலத்தால் சவுதி அரேபியாவுடன் இணைக்கப்பட்டுள்ளது. இதை 'பஹ்ரைன் பாலம்' என்றும் சொல்லலாம். உம்மன் நஸன் வழியாகச் செல்லும் இப்பாலம் அதிகப் பொருட் செலவில் கட்டப்பட்டுள்ளது என்பதும், இதனை சவுதி அரேபியா பராமரித்து வருகிறது என்பதும் குறிப்பிடத்தக்கது. சவுதி அரேபியாவைப் போன்று கத்தாருடனும் ஒரு சாலைப் பாலத்தால் இணைக்கப்படும் திட்டம் உள்ளது. இத்திட்டம் நிறைவேற்றப்பட்டால் கத்தார் – பஹ்ரைன் பாலம் உலகின் மிகப்பெரிய சாலைப் பாலமாக அமையும்.

நிலத்தின் தன்மை :

765 சதுர கிலோ மீட்டர் பரப்பளவு கொண்ட பஹ்ரைன் சிங்கப்பூரைவிட சற்றுப் பெரியது. நாட்டின் சின்ன தீவுகள் பாறைகள் நிறைந்தும், கடல் மட்டத்திலிருந்து ஒரு மீட்டருக்கும் குறைவான உயரம் கொண்டதாகவும் உள்ளன. பிரதான தீவான பஹ்ரைன் ஓரளவு உயரமாகவும், பாறைகளுடன் வறண்டும் காணப்படுகின்றது. இதன் நடுப்பகுதியில் அமைந்திருக்கும் அல் துக்கான் குன்றுதான் நாட்டிலேயே மிகவும் உயரமான இடம். ஆனால் இதன் உயரமோ வெறும் 134 மீட்டர் மட்டுமே. நாட்டின் தெற்கிலும், மேற்கிலும் நாம் காணும் தாழ்நிலங்கள் மணற்பாங்கான சமவெளியாகவும், உப்பு சதுப்பு நிலமாகவும் உள்ளன. அதே வேளையில் வடக்கு மற்றும் வடமேற்கில் காணப்படும் கடற்கரையோரப் பகுதிகள் செழிப்பானவை. சவுதியின் மேற்கு மலைகளின் மழைப் பொழிவும், இங்குள்ள ஊற்றுகளும், கிணறுகளும் நந்நீரைத் தாராளமாக வழங்குகின்றன.

பஹ்ரைனின் வேடந்தாங்கல் :

பொதுவாக காலநிலை வெப்பமாகவும், வறண்டும் காணப்படுகிறது. ஆனால் குளிர் காலத்தில் குளிராக இருந்தாலும் இதமாக உள்ளது. இதன் கடல்கள் ஆழம் குறைவாக இருப்பதால் அவை விரைவில் சூடாகி விடுகின்றன. இந்த கதகதப்பான மற்றும் ஆழம் குறைந்த கடல்கள் பறவைகள் வளர்வதற்கு உகந்ததாக இருக்கின்றன. மேலும் இங்குள்ள தீவுகளும், கடல்களும் பறவைகள் பறந்து செல்லும் வழியாகவும் அமைந்துள்ளன. ஆகையால் இங்கு ஏராளமான பறவை களைக் காண முடிகிறது. முக்கியமான 54 பறவை இனங்களில் 12 இந்தக் குட்டி நாட்டில் உள்ளன. குறிப்பாக இதன் ஹவார் தீவுகளில்தான் சாகட்ரா கார்மரன்ட் (Socotra Cormorant) என்ற நீர்க்காகம் உலகிலேயே அதிகமாகக் கூடுகிறது.

பூநாரைகள்

தில்மூன் நாகரீகம் :

பஹ்ரைனின் தில்மூன் நாகரீகம் குறைந்தது 4000 அல்லது 5000 வருடங்களுக்கு முன்பிருந்த ஒரு பழமையான நாகரீகம் ஆகும். இதைப் பற்றி அறிந்து கொள்ள இங்குள்ள சார் கிராமத்தின் அகழ்வாராய்ச்சி செய்யப்பட்ட இடங்கள், இன்று நாம் காணும் பார்பர் கோயில் ஆகியவை உதவி புரிகின்றன. தில்மூன் மெசபொட்டோமியாவுக்கும், சிந்து சமவெளிக்கும் இடையே ஒரு புகழ் பெற்ற கடல் வழித் தடமாகவும், வணிக மையமாகவும் விளங்கியது. தில்மூன்

பார்பர் கோவிலின் சிதைவுகள்

காலத்துக்குப் பின் பார்த்தியர்களும், சசேனியர்களும் ஆட்சி செய்தனர். சசேனியர்களின் தெற்கு பிராந்தியத்தில் இருந்த மூன்று மாவட்டங்களில் ஒன்று பஹ்ரைன் ஆகும்.

கோணிப்பையில் கருப்புக் கல் :

கி.பி. 628ம் ஆண்டு முஹம்மது நபியால் தூதராக அனுப்பி வைக்கப்பட்ட அல் அலா அல் ஹதரமி பஹ்ரைனின் ஆளுநர் முன்ஸீரை சந்தித்ததும் ஆளுநரும், மக்களும் இஸ்லாத்தைத் தழுவினர். கி.பி. 930ல் பாக்தாத் கலீபாவிடமிருந்து கப்பம் பெறுவதற்காக இஸ்மாயிலி இன கோரமேஷியர்கள் மக்காவிலுள்ள முஸ்லிம்களுக்குப் புனிதமான கறுப்புக் கல்லைத் தூக்கி வந்து பஹ்ரைனிலுள்ள அஹ்ஸா என்ற இடத்தில் வைத்துக் கொண்டனர். சரியாக 22 வருடங்களுக்குப் பிறகு அந்தக் கல்லை ஒரு கோணிப் பையில் பொதிந்து அதனுடன் ஒரு குறிப்பையும் வைத்து ஈராக்கின் கூஃபா பெரிய மசூதியில் வைத்துவிட்டுச் சென்றனர். அந்தக் குறிப்பில் இவ்வாறு எழுதப்பட்டிருந்தது.

"கட்டளைப்படி நாங்கள் எடுத்தோம் – கட்டளைப்படி திரும்பக் கொண்டு வந்தோம்."

போர்ச்சுக்கீஸியர் முதல் ஆங்கிலேயர் வரை :

அரேபியர்களின் ஆட்சிக்குப் பின்னர் 1521ல் போர்ச்சுக்கீஸியர் நாட்டைக் கைப்பற்றி 80 ஆண்டுகள் ஆண்டனர். 1602ம் வருடம் சபாவித் வம்சத்தைச் சேர்ந்த முதலாம் அப்பாஸிடம் ஆட்சி கைமாறிய பிறகு பலர் ஷியா முஸ்லிம்களாக மாறினர். பானி உதுப் பரம்பரையில் வந்த அல் பின் அலி தனது நாட்டுக்கென ஒரு கொடியைப் பயன்படுத்தி சுதந்திர நாடு என்றும் அறிவித்தார். அதன் பின் அல் கலீபா வம்சத்தினர் ஆட்சி செய்தனர். 19ம் நூற்றாண்டின் துவக்கத்தில் ஓமன் பஹ்ரைன் மீது படையெடுத்து கைப்பற்றிக் கொண்டது. ஓமன் மன்னரின் 12 வயது மகன் சலீமை ஆட்சியாளராகவும் அறிவித்தது. அதே நூற்றாண்டின் நடுவில் ஆங்கிலேயரின் பாதுகாப்பு நாடாக பஹ்ரைன் மாறியது. பிறகு கத்தாருடன் ஏற்பட்ட போருக்குப் பின் ஆங்கிலேயரின் அனுமதியின்றி யாருடனும் தொடர்பு வைத்துக் கொள்ளக் கூடாது என்ற இன்னொரு ஒப்பந்தமும் ஏற்பட்டது. இது நாட்டு மக்களுக்கு அதிருப்தியை உண்டாக்கியது. எனினும் அவர்களுக்கு ஆறுதலாக அப்போது நாட்டில் பெட்ரோல் கண்டுபிடிக்கப்பட்டது.

ஈரான் அளித்த அதிர்ச்சி :

1957ம் வருடம் பஹ்ரைனுக்கு ஓர் அதிர்ச்சி காத்திருந்தது. அவ்வாண்டு ஈரான் பஹ்ரைனைத் தனது 14வது பிரதேசம் எனப் பிரகடனப்படுத்தி தனது பாராளுமன்றத்தில் தீர்மானமும் நிறைவேற்றியது. ஆனால் நல்லவேளையாக ஐக்கிய நாடுகள் சபையின் நடவடிக்கையின்படி பஹ்ரைன் மக்கள் தங்கள் நாட்டிலேயே இருக்க வேண்டும் என்று விரும்பியதால் ஈரானும் வேறு வழியின்றி அதை ஏற்றுக் கொள்ள வேண்டியதாயிற்று. இதற்கிடையே பிரிட்டன் 1971 ஆகஸ்டு 15ம் நாள் பஹ்ரைன் ஒரு சுதந்திர நாடு என அறிவித்தது.

இஸ்லாமியப் புரட்சியும், அரேபிய வசந்தமும் :

பக்கத்து ஈரானைப் போல பஹ்ரைனிலும் ஷியாக்கள் ஓரளவு அதிகமாகும். எனவே நாடு சுதந்திரம் அடைந்து பத்து வருடங்களுக்குப் பின் ஈரானில் ஏற்பட்ட 'இஸ்லாமியப் புரட்சி' (Islamic Revolution) யின் விளைவாக இங்கும் ஒரு சதி முயற்சி நடந்தது. ஆனால் அது வெற்றி பெறவில்லை. ஆகையால் நாட்டுக்கு ஏற்பட இருந்த நெருக்கடி நீங்கியது. 2010ஆம் ஆண்டுவாக்கில் ஆசியா மற்றும் ஆப்பிரிக்காவின் சில நாடுகளில் 'அரேபிய வசந்தம்' என்றழைக்கப்பட்ட ஜனநாயக எழுச்சியுடன் கூடிய ஆட்சி மாற்ற காலம் இந்நாட்டிலும் உணரப்பட்டது. பஹ்ரைனின் மூன்று மாத கால நெருக்கடி நிலைக்குப் பிறகு நாடு திரும்பவும் தன் பழைய நிலைக்கு வந்தது.

பஹ்ரைன் முத்துக்கள்:

கிழக்கத்திய நாடுகளையும், மேற்கத்திய நாடுகளையும் இணைக்கும் விதத்தில் பஹ்ரைன் ஒரு முக்கிய இடத்தில் அமைந்துள்ளதால் இது பல நூற்றாண்டுகளாக அரேபியக் கடல் பகுதியில் சிறந்த வணிக மையமாக விளங்கியது. ஆரம்பத்தில் செம்பு, தகரம் போன்றவற்றை ஏற்றிச் செல்லும் கப்பல்கள் இங்கு நின்று தேவையான தண்ணீரைப் பெற்றுச் செல்லும் இடமாகவே இருந்தது. அதன்பின் இங்குள்ள புகழ்பெற்ற முத்துக்கள் வெளி உலகுக்குத் தெரிய ஆரம்பித்தன. முத்துக்கள் அவற்றின் அளவு, வடிவம், நிறம், பிரகாசம் ஆகியவற்றை வைத்துப் பிரிக்கப்பட்டன. இவை இந்தியாவின் திருவாங்கூர் – கொச்சி, ஜெய்ப்பூர் மன்னர்கள் முதற்கொண்டு ஐரோப்பாவின் பல நாட்டு மன்னர்கள் முடிய உலகின் பல அரச கிரீடங்களுக்கு அழகு சேர்த்துள்ளன. உள் நாட்டிலேயே கட்டப்பட்ட சிறிய கப்பல்கள் மூலம் பஹ்ரைன் முத்துக்கள் இந்தியா முதல் மத்திய தரைக் கடல் நாடுகள் வரை பல்வேறு நாடுகளுக்கும் எடுத்துச் செல்லப்பட்டன.

தடையற்ற பொருளாதாரம் :

உலகில் வேகமாகவும், தடையற்றதாகவும் உள்ள பொருளாதார நாடுகளின் வரிசையில் பஹ்ரைனும் வருகிறது. இதன் வங்கிச் சேவையும் நன்றாக இருக்கிறது. முதலில் மேற்கு ஆசிய நாடுகளிலேயே லெபனானின் தலைநகர் பெய்ரூட் வங்கி மற்றும் நிதி சார்ந்த மையமாக இருந்தது. இடைப்பட்ட காலத்தில் எப்போது உள்நாட்டுப் பிரச்சினை அங்கு ஏற்பட்டதோ அப்போதே அதன் இடத்தை பஹ்ரைன் பிடித்துக் கொண்டது. பொருளாதாரத்தில் நல்ல வளர்ச்சியைக் கண்ட இந்நாட்டின் தனி நபர் வருமானமும் உயர்வாக உள்ளது. பெட்ரோல், இயற்கை வாயு, அலுமினியம் போன்றவை இங்கு கிடைக்கும் கனிமங்கள். கப்பல் பழுதுபார்த்தல், மீன் பிடித்தல், கால்நடைகள் வளர்த்தல், ஓரளவு விவசாயம், சுற்றுலா முதலியவை நாட்டின் பொருளாதாரத்துக்குத் துணை நிற்கின்றன.

சுற்றுலா :

நாடு சிறியதாக இருப்பினும் சுற்றுலாவுக்குப் புகழ் பெற்றதாக விளங்குகிறது. பிரிட்டிஷ் கோட்டை என்ற பஹ்ரைன் நாட்டை, அரத் கோட்டை, ரிஃபா கோட்டை போன்ற கோட்டைகள், பஹ்ரைன் அருங்காட்சியகம், பெட்ரோல் அருங்காட்சியகம், நாணய அருங்காட்சியகம், குர்ஆன் அருங்காட்சியகம் முதலிய அருங்காட்சியகங்கள், ஹவார், உம்மன் நஸன் போன்ற தீவுகள், சார் கிராமம், பார்பர் கோயில் முதலிய வரலாற்றுச் சிறப்புமிக்க இடங்கள் என்பன போன்றவை இங்கிருப்பதால் இவற்றைக் காண்பதற்காக சுற்றுலாப் பயணிகள் பெருமளவில் வருகின்றனர்.

உயிருள்ள மரம் :

இங்கு ஓர் அதிசய மரம் உள்ளது. அருகில் தண்ணீரே இல்லாத பஹ்ரைனின் சகீர் பாலைவனத்தில் 400 ஆண்டுகளுக்கும் மேலாக வளர்ந்து நிற்கும் இம்மரம் அவசியம்

உயிருள்ள மரம்

பார்க்க வேண்டியது. 'உயிருள்ள மரம்' என்ற பொருளில் 'ஷஜறத்துல் ஹயாத்' என்று அரபு மொழியில் அழைக்கப்படும் இந்தக் கருவேல மரம் நம்மூர் ஆல மரத்தைப் போலப் பெரிதாக உள்ளது. பக்கத்தில் தண்ணீரே இல்லாவிட்டாலும் இம்மரத்துக்கு அடியிற் காணப்படும் நீர் ஊற்றுகள் மூலம் இது நிலைத்து நிற்பதாக மண்ணியல் நிபுணர்கள் கூறுகின்றனர்.

ஆட்சி :

தலைநகர், மத்திய பாகம், முஷாரக், வடக்கு மற்றும் தெற்கு என பஹ்ரைன் ஐந்து மண்டலங்களாகப் பிரிக்கப்பட்டுள்ளது. ஷேக் ஹமத் நாட்டின் மன்னராகவும், சல்மான் இளவரசராகவும் உள்ளனர். மன்னரின் மாமாவும், நாடு சுதந்திரம் பெற்ற 1971 ஆம் ஆண்டு முதல் பிரதமராக இருப்பவரும் ஆன ஷேக் கலீபா உலகிலேயே நீண்ட நாள் பதவியில் உள்ள பிரதமர் என்ற பெருமையைப் பெறுகிறார். ஐக்கிய நாடுகள் சபை போன்ற பல அமைப்புகளில் உறுப்பினராக இருக்கும் பஹ்ரைன் 'GCC' என்ற வளைகுடா

பிரதமர் அல் கலீபா

ஒத்துழைப்பு அவையிலும் இணைந்து செயல்பட்டு வருகிறது. இதைப் போற்றும் வகையில் தலைநகர் மனாமாவில் 'பஹ்ரைனின் முத்து' என்ற நினைவுச் சின்னமும் எழுப்பப்பட்டது. இதில் ஆறு வளைந்த தூண்களும் அவற்றின் மேலே இருந்த ஓர் உருண்டை வடிவ முத்தைத் தாங்கிப் பிடித்திருந்தன. இந்த ஆறு தூண்களும் உறுப்பு நாடுகளான சவுதி அரேபியா, ஐக்கிய அரபு நாடுகள், கத்தார், ஓமன், குவைத் மற்றும் பஹ்ரைனைக் குறித்தன. என்னடா... எழுப்பப்பட்டன, குறித்தன போன்ற வார்த்தைகள் தானே வருகின்றன என்று நீங்கள் கேட்கலாம். அதற்குரிய விடை கீழே வருகின்றது.

தகர்க்கப்பட்ட 'பஹ்ரைன் முத்து' :

அரேபிய வசந்தத்திற்குப் பிறகு ஏற்பட்ட குழப்பமான காலத்தில் அரசுக்கு எதிரான ஆர்ப்பாட்டக்காரர்கள் 'பஹ்ரைனின் முத்து சதுக்க' (Bahrain Pearl Square)த்தில் கூடுவது வழக்கம். பஹ்ரைன் அரசு கேட்டுக் கொண்டதின் பேரில் 1500 சவுதி மற்றும் ஐக்கிய அரபு எமிரேட்ஸ்களின் படைகள் இங்கு வந்தன. போராட்டக்காரர்களை அகற்றும் ஒரு நடவடிக்கையாக 2011 மார்ச் 18ம் நாள் இங்கு 29 வருடங்களாக கம்பீரமாக

முத்துச் சதுக்கம்

நின்று கொண்டிருந்த பஹ்ரைன் முத்து நினைவுச் சின்னம் வெடி வைத்துத் தகர்க்கப்பட்டதாம்.

அழகிய மசூதிகள் :

14 லட்சம் பேர் வசிக்கும் பஹ்ரைனின் பாதிப் பேருக்கும் சற்றுக் குறைவான வர்கள் உள்நாட்டினர். நாட்டின் மக்கள் தொகையில் 70 சதவீதத்துக்கும் அதிக மானவர்கள் முஸ்லிம்கள். கி.பி. 7ம் நூற்றாண்டின் இறுதியில் கட்டப்பட்ட இரண்டு மினாராக்களைக் கொண்ட 'அல் காமிஸ் மஸ்ஜித்' உலகின் மிகப் பழமையான மசூதிகளில் ஒன்றாகும். பெரிய பள்ளி வாசல் எனப்படும் இங்குள்ள 'அல் ஃபத்தா மசூதி'தான் நாட்டிலேயே மிகப் பெரியது. கண்ணாடி இழையால் செய்யப்பட்ட உலகின் மிகப் பெரிய கும்மட்டத்தைக் (dome) கொண்ட பள்ளிவாசல்களில் ஒன்றாகவும் இது திகழ்கிறது. சியாதி மசூதி, ஷேக் ஈஸா பின் அலி மசூதி முதலியவை நாட்டின் இதர புகழ்பெற்ற மசூதிகள்.

அல் காமிஸ் மசூதி

பைத்துல் குர்ஆன் :

பஹ்ரைனின் 'பைத்துல் குர்ஆன்' என்ற குர்ஆன் அருங்காட்சியகம் சிறப்பு மிக்கது. இங்கு உலகின் பல பகுதியிளிலுள்ள அரியவகை குர்ஆன்களும், பிற இஸ்லாமியக் கலைப் பொருட்களும் ஏராளமாகக் காணப்படுகின்றன. மொகலாயர் காலத்து அழகிய பூமி உருண்டைகள், முஹம்மது

நபியின் போதனைகள் அடங்கிய மரச் சட்டங்கள், பல அரிய குர்ஆன்கள் ஆகியவை இந்தியாவின் பங்களிப்பாகும்.

இந்தியாவுடன் அன்றைய தொடர்பு :

பஹ்ரைன் இந்தியாவுடன் நீண்ட காலமாக நல்ல தொடர்பு வைத்துள்ளது. கி.பி. 17ம் நூற்றாண்டின் மிகவும் புகழ் வாய்ந்த பஹ்ரைனின் ஆன்மீகப் பெரியவர்களான ஷேக் அல் கர்ஸகானி மற்றும் ஜாபர் பின் கமாலுத்தீன் நம் நாட்டின் கோல்கொண்டாவுக்கு வருகை தந்தனர். மேலும் அந்நாட்டின் சிறந்த கவிஞரும், அரசியலமைப்புச் சட்ட நிர்வாகியுமான அல் அரேபியத் பம்பாயிலும், அலிகாரிலும் கல்வி பயின்றவர்தான். அதுபோல வணிகம் நிமித்தமாக அன்றைய இந்தியாவிலிருந்து குறிப்பாக சிந்து மற்றும் குஜராத்தின் கத்தியவாரிலிருந்து இங்கு வந்து தங்கி வியாபாரம் செய்தனர்.

பஹ்ரைனில் இன்று இந்தியர்கள் :

இன்று பஹ்ரைனின் மொத்த மக்கள் தொகையில் கால் பங்குக்கும் கூடுதலாக இருப்பவர்கள் இந்தியர்கள். இவர்களில் பெரும்பான்மையோர் கேரளாவிலிருந்து வந்தவர்கள். பலர்

மன்னர் ஹமீதுடன் இந்திய வெளியுறத்துறை அமைச்சர் சுஷ்மா சுவராஜ்

சாதாரண வேலைகளிலும், சிலர் நல்ல வேலைகளிலும் ஈடுபட்டு வரும் இந்த இந்தியர்களை நாட்டின் அரசர் ஹமத் வெகுவாகப் பாராட்டி உள்ளார். ஐக்கிய நாடுகள் பாதுகாப்பு சபையில் இந்தியா நிரந்தரமாகச் சேர இசைவு தெரிவிப்பது போன்ற இந்தியாவின் வெளியுறவுக் கொள்கைகளுக்குப் பஹ்ரைன் ஆதரவாக இருக்கிறது.

உயரிய நிலையில் பெண்கள் :

நாட்டின் சமூக அமைப்பு உயரிய நிலையில் உள்ளது. பெண்களுக்கு வாக்களிக்கவும், தேர்தலில் போட்டியிடவும் உரிமை உண்டு. பல பெண்கள் இங்கு நாடாளுமன்ற உறுப்பினர்களாகவும், அமைச்சர்களாகவும், வெளிநாட்டுத் தூதுவர்களாகவும் இருக்கின்றனர். ஹயா என்ற பெண்மணி ஐக்கிய நாடுகள் சபையின் தலைவராகத் தேர்ந்தெடுக்கப்பட்டு அப்பதவியைப் பெற்ற முதல் முஸ்லிம் பெண்ணும், உலகின் மூன்றாவது பெண்ணும் ஆவார். மதச் சுதந்திரம் உடைய இங்கு முஸ்லிம்கள் அல்லாதவர் பலரும் உயர் பதவிகளை அலங்கரிக்கின்றனர். ஹொதா என்ற யூதப் பெண் அமெரிக்காவுக்கான தூதராகவும், ஆலிஸ் சமான் என்ற கிறிஸ்துவப் பெண் பிரிட்டனுக்கான தூதராகவும் உள்ளனர்.

கல்வி, விளையாட்டு போன்றவை :

பஹ்ரைன் பல்கலைக் கழகத்தில் பயிலும் மாணவர்களில் 65 சதவீதம் பேர் பெண்கள். 90 விழுக்காடு மக்கள் இணையதளத்தைப் பயன்படுத்தும் பஹ்ரைன் அரபு உலகில் முதல் இடத்தில் உள்ளது. விளையாட்டிலும் இது முத்திரை பதித்து வருகிறது என்பதற்குச் சான்றாக 2015 உலகத் தடகளப் போட்டிகளில் பெண்களுக்கான மாரத்தான் ஓட்டத்தில் இந்நாட்டுக்காக விளையாடிய யூனிஸ் கரவா வெண்கலப் பதக்கமும், 2016 ஒலிம்பிக்கில் அதே ஓட்டத்தில் வெள்ளிப் பதக்கமும் வென்றார். மேலும் 2016 ஒலிம்பிக்கில் ரூத் ஜெபத் 3000 மீட்டர் தடைகள் மற்றும் தண்ணீர் குட்டைகளுடன் கூடிய 'ஸ்டீப்பில் சேஸ்' (steeple chase) விளையாட்டில் தங்கப் பதக்கம் பெற்று நாட்டுக்குப் பெருமை சேர்த்தார்.

☆☆☆

4

பங்களா தேஷ்

நமது தேசீய கீத மொழியின் நாடு :

'ஜன கண மன அதி நாயக ஜயகே' என்று தொடங்குவது நமது தேசீய கீதம். இந்தத் தேசீய கீதம் வங்காள மொழியில்

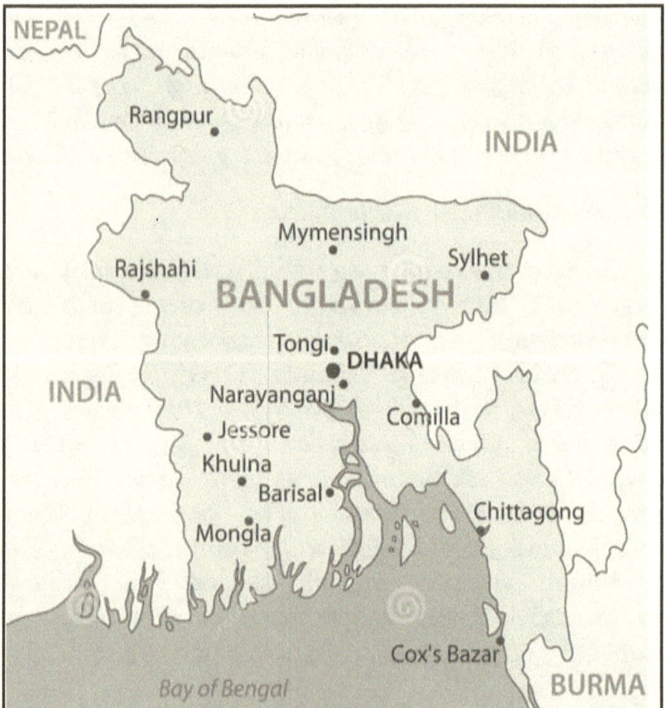

பங்களா தேஷ் வரைபடம்

உள்ளது என்று பலருக்கும் தெரிந்திருக்கும். இந்த வங்காள மொழி நம் இந்தியாவைவிட இன்னொரு நாட்டில் கூடுதல் மக்களால் பேசப்படுகிறது. அப்படியென்றால் அந்த நாடு எது? அதுதான் பங்களா தேஷ்.

மாறி மாறிச் சென்ற நாடு :

பங்களா தேஷ் என்றழைக்கப்படும் வங்க தேசம் முதலில் வங்காள மொழி பேசும் வங்காளத்தின் ஒரு பகுதியாகத்தான் இருந்தது. இந்த வங்காளம் அன்றைய ஒருங்கிணைந்த இந்தியாவின் ஓர் அங்கமாகும். நம் நாட்டை ஆண்ட ஆங்கிலேயர் தங்கள் வசதிக்காக வங்காளத்தைப் பிரித்தபோது கிழக்கு வங்காளம் (இன்றைய பங்களா தேஷ்) தனியே சென்றது. பின் இது மேற்கு வங்காளத்துடன் சேர்ந்து கொண்டது. இந்தியப் பிரிவினையின்போது கிழக்கு வங்காளம் கிழக்கு பாகிஸ்தான் என்ற பெயரில் பாகிஸ்தானுடன் சேர்ந்திருந்தது. 1971ல் பாகிஸ்தானிலிருந்து பிரிந்த வேளையில் கிழக்கு வங்காளம் தன்னைச் சுதந்திர நாடு என்று சொல்லி பங்களா தேஷ் என்ற பெயரும் சூட்டிக் கொண்டது.

நாட்டின் பெயர் வந்த விதம் :

நாட்டின் முழுப்பெயர் 'பங்களா தேஷ் மக்கள் குடியரசு'. பங்களா தேஷ் என்றால் வங்காள மொழியில் 'வங்காளிகளின் நாடு' என்று பொருள். நாட்டை 'பங்களா' என்றும், 'வங்கம்' என்றும் சொல்வதுண்டு. பங்களா என்ற வார்த்தை 'போங்க்' (இது முஸ்லிம்கள் நம்பும் நூஹ் நபியின் உறவினர் பெயர் என்று சிலர் கூறுவதுண்டு). 'போங்கா' (இது ஆஸ்திரிய மொழியில் ஒரு சூரியக் கடவுள்) ஆகியவற்றின் சாயலுடன் உள்ளது. வங்காளம் என்ற சொல் 'வங்க ராஜ்யம்' என்று மகாபாரதம் மற்றும் புராணங்களிலும், 'கங்காதிரை ராஜ்யம்' எனக் கிரேக்க மற்றும் ரோமானியக் குறிப்புகளிலும் கூறப்படுகின்றன. மொகலாயர் வங்காளத்துடன் பீகாரையும், ஒரிஸ்ஸாவையும் சேர்த்துக் கொண்டு இப்பகுதியை 'சுப பங்களா' என்றனர்.

பச்சையில் சிவப்பு :

பங்களா தேஷ் கொடி

நாட்டின் கொடி பச்சையும், சிவப்பும் கொண்டது. பச்சை நிறப் பின்னணியின் (background) நடுவில் ஒரு சிவப்பு வண்ண வில்லை (disc) காணப்படுகிறது. பச்சை நாட்டின் செழிப்பையும், சிவப்பு நாட்டின் மேல் எழும் சூரியனையும் காட்டுகின்றன. மேலும் பச்சை இஸ்லாத்தையும், சிவப்பு நாட்டுக்காகத் தியாகிகள் சிந்திய ரத்தத்தையும் குறிக்கின்றன.

நாட்டின் கிடப்பு :

அடர்த்தியான மக்கள் தொகையைக் கொண்ட பங்களா தேஷ் அளவில் சிறியது. இந்தியா மூன்று பக்கம் கடலாலும், ஒரு பக்கம் நிலத்தாலும் சூழப்பட்டுள்ளது. இதற்கு நேர் மாறாக மூன்று பக்கம் நிலத்தாலும், ஒரு பக்கம் கடலாலும் சூழப்பட்டது பங்களா தேஷ். வங்காள விரிகுடாவும், இந்தியா மற்றும் மியான்மரும் இந்நாட்டைச் சுற்றியுள்ளன. 147,570 சதுர கிலோ மீட்டர் பரப்புடன் கூடிய இது உலகின் 92வது பெரிய நாடு. இவ்வளவு பக்கத்து நாடான நேப்பாளத்துக்குச் சமமாகும்.

ஆறுகளின் நாடு :

பங்களா தேஷ் தாழ்வாக உள்ள டெல்டாப் பகுதியில் அமைந்துள்ளது. இந்த டெல்டா பத்மா என்ற கங்கை, ஜமுனா எனப்படும் பிரம்மபுத்திரா, மெக்னா மற்றும் பல ஆறுகளால் ஏற்பட்டது. இந்நாட்டில் ஏராளமான ஆறுகள் ஓடுவதால் இதை 'ஆறுகளின் நாடு' என்பர். இவ்வாறுகள் இணையும் இடங்களில் ஆங்காங்கே துண்டாகிக் கிடப்பதால் பல பகுதிகள்

வண்டல் நிலங்களாகக் காட்சியளிக்கின்றன. எனவே நாட்டின் முக்கால் பங்குக்கும் அதிகமான இடங்கள் வளமாக இருப்பதோடு பல இடங்களில் மூன்று போக சாகுபடியும் நடைபெறுகிறது. இதே ஆறுகள் மழைக்காலத்தில் பெருக்கெடுத்து ஓடி பெருத்த சேதத்தை ஏற்படுத்துவதுடன் பல உயிர்களையும் பலி வாங்குகின்றன.

சென்னை மெரினாவை விடப் பெரிய கடற்கரை :

சென்னை மெரினா கடற்கரையைப் பற்றிக் கேள்விப்பட்டிருப்பீர்கள். 13 கிலோ மீட்டர் நீளமுள்ள இது நாட்டின் மிகவும் நீளமான இயற்கையாக அமைந்த கடற்கரை

பங்களா தேஷ் அழகிய கடற்கரை

என்றும் தெரிந்திருக்கலாம். உலகிலேயே எந்தவித இடைவெளியுமின்றி காணப்படும் மிகவும் நீளமான கடற்கரை எங்கு இருக்கிறது என்று தெரியுமா? பங்களா தேஷில்தான் உள்ளது. 125 கிலோ மீட்டர் நீளத்தில் தொடர்ச்சியாகவும், இயற்கையாகவும் அமைந்த 'காக்ஸ் பஸார்' (Cox's Bazaar) என்ற கடற்கரைதான் அது.

அழகிய காடுகள் :

காடுகள் என்றாலே அழகுதான். பயனுள்ளவையும்கூட. ஆனால் ஆரம்பத்தில் அதிகக் காடுகளைக் கொண்டிருந்த பங்களா தேஷில் இப்போது 10 விழுக்காடு காடுகளே மிஞ்சி உள்ளன. 'அழகிய காடுகள்' எனப்படும் சுந்தர்பானின் கூடுதல் பகுதி இந்நாட்டிலும், மீதிப் பகுதி நம் நாட்டிலும் இருக்கின்றன. சதுப்பு நிலக் காடுகள் வளரும் இங்கு சிறுத்தை, முதலை ஆகியவற்றுடன் இரு நாடுகளின் தேசீய விலங்கான புலியையும் பார்க்கலாம். நம் நாட்டில் புலிகளின் நிலை ஓரளவு பரவாயில்லை. இங்கோ அவற்றின் எண்ணிக்கை வெகுவாகக் குறைந்து வருகிறது. சுந்தர வனப்பகுதி யுனெஸ்கோவால் அறிவிக்கப்பட்ட ஓர் உலகப் பாரம்பரிய இடம் (World Heritage Site) என்பது குறிப்பிடத்தக்கது. சிட்டகாங்கின் இளந்தரு மற்றும் இலையுதிர்க் காடுகள், மதுபூரின் புதர்க் காடுகள், வட கிழக்கு மற்றும் தென் மேற்குக் காடுகள் ஆகியவை நாட்டிலுள்ள பிற காடுகள் ஆகும்.

தண்ணீரால் கலக்கம் :

பங்களா தேஷில் உயரமான மலைகளே இல்லை. நாட்டின் தென் கிழக்கில் உள்ள சிட்டகாங் குன்றுகளும், வட கிழக்கில் காணப்படும் இன்னும் உயரம் குறைந்த சில்ஹட் குன்றுகளும், வடக்கில் உள்ள மேட்டு நிலங்களும்தான் இங்குள்ள உயரமான இடங்கள். நாட்டின் எல்லையில் அமைந்துள்ள காரோ, காஸி ஆகிய மலைகளின் மீது பெய்யும் மழை இங்கு வழிந்தோடுகிறது. மழைக் குன்றுகளின் அருகில் மிக அதிகமாக 200 அங்குலமும், பிற இடங்களில் 60 அங்குலமும் ஆண்டு முழுவதும் வெளுத்து வாங்குகிறது. நாட்டின் மொத்த நிலப்பரப்பில் 6 சதவீத அளவுக்கு நிரந்தரமாகவும், மூன்றில் இரண்டு பங்கு அளவுக்கு வருடத்தின் சில காலமும் தண்ணீரில் மூழ்கி விடும். மேலும் நாடு மிகவும் தாழ்வாக இருப்பதால் கடலால் எந்நேரமும் பாதிப்பு வரலாம் என்றும் மக்கள் கலக்கத்தில் உள்ளனர்.

பழங்கால அரசுகள் :

ஆஸ்ட்ரோ ஆசியாவினர், திபெத்திய பர்மியர், திராவிடர், ஆரியர் முதலியோர் முதலில் இங்கு வந்து குடியேறியவர்கள். அன்றைய வங்காளம் பழங்கால புந்த்ரா, ஹரிகேலா போன்ற ஜனபதா அரசுகளின் கீழ் இருந்திருக்க வேண்டும். பின் மௌரியர், குப்தர் முதலிய பெரிய வம்சத்தினரைப் போன்று இப்பகுதியில் காணப்பட்ட வெங்கம், கங்காதிரை, பாலா, சேனா போன்ற வம்சங்களாலும் ஆளப்பட்டது. மௌரியர்கள் புத்த மதத்தையும், குப்தர்கள் இந்து மதத்தையும் ஆதரித்தனர்.

வெங்க ராஜ்யம் தென் கிழக்கு ஆசிய நாடுகளுடன் கடல் வழித் தொடர்பைக் கொண்டிருந்தது. இதன் மன்னரான விஜய சிங்கா கி.மு. 554ல் இலங்கையைக் கைப்பற்றி அதற்கு சிங்களம் என்று பெயரிட்டார். அலெக்ஸாண்டர் சிந்துவை வென்று அடுத்து கங்கை சமவெளிப் பிரதேசத்தின்மீது படை யெடுக்கலாம் என்றிருந்தபோது அவரை எதிர்கொள்வதற்காக நந்த மன்னருடன் தயாராக நின்றன கங்காதிரைப் படைகள். கி.பி. 8ம் நூற்றாண்டு முதல் கி.பி. 12ம் நூற்றாண்டு வரை ஆண்டவர்கள் பாலர்கள். இவர்களின் ஆட்சி பண்டைய வங்காளத்தின் பொற்காலம் எனப்படுகிறது. இவர்கள் புத்த மதத்தை பூடான், பர்மா முதலிய நாடுகளில் பரப்பியதோடு மலேயா, இந்தோனேஷியா போன்ற கிழக்காசிய நாடுகளுடன் வணிகத் தொடர்பும் வைத்துக் கொண்டனர். என்றாலும் இந்து மதமும் நாட்டில் பின்பற்றப்பட்டது. 11ம் நூற்றாண்டின் கடைசியில் இந்து மதத்துக்கு ஆதரவளித்த சேனா வம்சம் வங்காளத்தின் பெரும் பகுதியை தன்வசம் வைத்துக் கொண்டது.

முஸ்லிம் ஆட்சியாளர்கள் வசம் வந்த நாடு :

கி.பி. 9ம் நூற்றாண்டில் வடகிழக்குப் பகுதியிலிருந்து 1200 பேர் அடங்கிய ஒரு முஸ்லிம் படை இங்கிருந்த பல வம்சங்களில் ஒன்றான சேனா வம்சத்தைத் தோற்கடித்தது.

13ம் நூற்றாண்டின் தொடக்கத்தில் டில்லி சுல்தான் வம்சத்தைச் சேர்ந்த பக்தியார் கில்ஜி வங்காளத்தின் வடக்கு மற்றும் மேற்குப் பகுதிகளைக் கைப்பற்றினார். அடுத்த நூற்றாண்டு படிப்படியாக வங்காளம் முழுவதும் டில்லி சுல்தான்களின் கீழ் வந்தது. பின் மொகலாயர் வசம் வந்தது. அப்போது டாக்கா மொகலாயப் பேரரசின் ஒரு பிரதான நிர்வாக மையமாக விளங்கியது. இந்திய உபகண்டத்திலேயே இப்பகுதி மிகவும் செழிப்பாகக் காணப்பட்டதால் மொகலாயர்களின் மொத்த உள்நாட்டு உற்பத்திக்கு (GDP) இது பெரும் பங்கை அளித்தது.

கிளர்ச்சியாளர்களின் பூமி :

வங்காளம் பிறரால் ஆளப்பட்டாலும் இது எப்போதுமே சுதந்திர நாடாக இருக்க எண்ணியது. அன்றைய இந்தியாவின் பிரதான பகுதியிலிருந்து தள்ளி கிழக்கு ஓரத்தில் இருந்ததும் ஒரு காரணம். எனவே அந்நிய ஆட்சியாளர்களின் கட்டளைக்குக் கட்டுப்பட மறுத்து கிளர்ச்சி செய்தது. வங்கத்தை 'பல்காபூர்' என்றழைத்தனர். பல வேளைகளில் இது வலுக்கட்டாயமாகவே ஆட்சியில் ஒட்டியிருந்தது. சில வேளைகளில் சுயாட்சி பெற்ற பகுதியாகவும் இருந்தது. கி.பி. 14ம் நூற்றாண்டில் சுல்தான்களின் ஆட்சியின்போது ஷம்சுத்தீன் இல்யாஸ் ஷா அப்போதிருந்த பல சிறிய அரசுகளை ஒன்றுபடுத்தி ஒரு சுதந்திர சுல்தான் அரசு என்றும், தன்னை 'ஷாஹி பங்களா' (பங்களாவின் மன்னர்) என்றும் அழைத்தார். அதுபோல அக்பர் 'துகரோய்' யுத்தத்தில் வெற்றி பெற்று மொகலாய ஆட்சியைப் பலப்படுத்திக் கொண்டாலும் இங்கிருந்த பாரோ புய்யான் களிடம் இருந்து தொடர்ந்து எதிர்ப்பு இருந்து கொண்டே வந்தது. மொகலாயர்

பங்களா தேஷ் தந்தை
ஷேக் முஜிபூர் ரஹ்மான்

ஆட்சியின்போதே ஷெர்ஷா 'சூரி' என்ற தனி வம்சத்தைத் தோற்றுவித்து ஆண்டார். வங்காள நவாப் சிராஜுத் தௌலாவும் ஆங்கிலேயரை எதிர்த்து 1757ல் நடந்த பிளாஸி யுத்தத்தில் சண்டையிட்டு உயிரை மாய்த்தார்.

ஆங்கிலேயர் :

கிழக்கு இந்தியக் கம்பெனி தொடங்கப்பட்டது முதல் கல்கத்தா, மெட்ராஸ், பம்பாய் மாகாணங்கள் ஏற்படுத்தப்பட்டது வரை ஆங்கிலேயர் வங்காளம் உள்ளிட்ட கிழக்குப் பகுதிகளுக்கு முக்கியத்துவம் கொடுத்தனர். கர்ஸன் பிரபுவின் காலத்தில் 1905ல் வங்காளம் பிரிக்கப்பட்டு இன்றுள்ள பங்களா தேஷ் என்ற கிழக்கு வங்காளமும், இப்போது இந்தியாவுடன் இருக்கும் மேற்கு வங்காளமும் ஆயின. அப்போது ஏற்பட்ட எதிர்ப்பின் காரணமாக ஆறு வருடங்களுக்குப் பின் இரு வங்காளங்களும் மறுபடியும் ஒன்றாயின. இந்த இணைப்பும் இந்தியா ஆங்கிலேயரிடமிருந்து விடுதலை அடையும்வரைதான்.

சுதந்திரம் :

காலத்தின் கட்டாயமோ என்னவோ 1947ம் ஆண்டு அன்றைய இந்தியா சுதந்திரம் அடைந்தபோது நாடு துண்டாடப்பட்டு இந்தியாவென்றும், பாகிஸ்தான் என்றும் மாறியது. பாகிஸ்தான் மேற்கு பாகிஸ்தான், கிழக்கு பாகிஸ்தான் என வெவ்வேறு திசைகளில் இருந்த இரு பகுதிகளைக் கொண்டிருந்தது. இரு பாகிஸ்தான்களும் மத அடிப்படையில் ஒரே மாதிரியாக இருந்தாலும் மொழி, இனம் மற்றும் கலாச்சாரத்தால் மாறுபட்டிருந்தன. 1970ல் நடந்த தேர்தலில் கிழக்கு பாகிஸ்தானை மையமாகக் கொண்ட அவாமி லீக் கட்சி கூடுதல் இடங்களைப் பெற்றது. ஏற்கனவே மேற்கு பாகிஸ்தானால் ஓரங்கட்டப்பட்ட கிழக்கு பாகிஸ்தானின் கட்சிக்கு ஆட்சி அமைக்க வாய்ப்பு வழங்காததால் அது போராட ஆரம்பித்தது. இந்தியாவுக்கும், பாகிஸ்தானுக்குமிடையே போரும் ஏற்பட்டது. முடிவில்

பாகிஸ்தான் தோற்றுப் போய் தன் கிழக்குப் பகுதியையும் இழந்தது. பாகிஸ்தானின் பிடியிலிருந்து விலகி நாடு 1971ல் விடுதலை அடைந்தது. நாட்டின் பெயரையும் மாற்றிக் கொண்டது. 'பங்களா தேஷின் தந்தை' எனப்படும் ஷேக் முஜிபுற் றஹ்மான் நாட்டின் முதல் அதிபர் ஆனார்.

சுதந்திரத்திற்குப் பின் :

நாட்டின் சுதந்திரத்திற்காகப் பாடுபட்ட அந்த அதிபர் 1975ம் ஆண்டு இந்தியாவின் விடுதலை நாளான ஆகஸ்ட் 15ல் சுட்டுக் கொல்லப்பட்டார். நாட்டில் குழப்பம் நிலவியது. ஸியாவுற் றஹ்மான், எர்ஷத் ஆகிய ராணுவத் தலைவர்களின் ஆட்சிக்குப் பிறகு ஸியாவுற் றஹ்மானின் மனைவி காலிதா ஸியாவும், முஜிபுற் றஹ்மானின் மகள் ஷேக் ஹஸீனாவும் மாறி மாறி பதவிக்கு வந்துள்ளனர். கடைசியாக நடந்த பொதுத் தேர்தலின்போது தேர்தல் முறையாக நடைபெறாது என்று கூறி காலிதாவின் தேசிய கட்சி உட்பட பல கட்சிகள் போட்டியிடவில்லை. 22 சதவீத வாக்குகள் மட்டும் பதிவான இத்தேர்தலில் வெற்றி பெற்று ஹஸீனா மூன்றாம் முறையாகப் பிரதமர் ஆனார்.

நிர்வாகம் :

சிட்டகாங், டாக்கா, குல்னா, ரங்பூர், ராஜ் ஷாஹி, பரிசால், சில்ஹட் ஆகிய ஏழு பகுதிகளாக நாடு பிரிக்கப்பட்டுள்ளது. 'ஜதியோ ஸங்ஸத்' என்ற பெயருடைய பாராளுமன்றத்துக்கு 350 உறுப்பினர்கள் தேர்ந்தெடுக்கப்படுகின்றனர். இதில் பெண்களுக்காக 50 இடங்கள் ஒதுக்கப்பட்டுள்ளன. இன்று நாட்டின் அதிபராக இருப்பவர் அப்துல் ஹமீது.

சோதனைமேல் சோதனை :

தொழிற் புரட்சிக்கு முன்பு பங்களா தேஷில் பல பருத்தி ஆலைகள் இயங்கின. கி.பி. 18ம் நூற்றாண்டின் நடுவிலிருந்து

ஆயத்த ஆடைகள் செய்யும் பணியில் பெண்கள்

19ம் நூற்றாண்டின் நடுப்பகுதி முடிய பிரிட்டன் மற்றும் பல நாடுகளில் தொழில்கள் தொடங்க ஏற்பட்ட எழுச்சியே தொழிற் புரட்சி). ஆனால் தொழிற் புரட்சி ஏற்பட்டது தான் தாமதம் அந்த பருத்தி ஆலைகளை மூடிவிட்டு இங்குள்ள மூலப்பொருட்களைக் கொண்டு பிரிட்டனில் குறைந்த மூலதனத்தில் பல ஆலைகள் தொடங்கப்பட்டன. இங்கு நீலச் சாயம் (indigo) மற்றும் அபினி என்ற போதைப் பொருள் முக்கிய வேளாண் பொருட்களாக உற்பத்திச் செய்யப்பட்டன. 20ம் நூற்றாண்டில் சணல் அதிகம் உற்பத்திச் செய்யப் பட்டாலும் அதைப் பதப்படுத்தும் சணல் ஆலைகள் மேற்கு வங்காளத்தில் இருந்தன. 1947ல் பாகிஸ்தான் தோன்றியதும் இங்கும் ஆலைகள் துவக்கப்பட்டன. நாடு பாகிஸ்தானிலிருந்து தன்னை விடுவித்தபோது 1971ல் பல ஆலைகள் பாகிஸ்தான் படையினரால் சேதப்படுத்தப்பட்டன. மேலும் பாலிதீன் பொருட்களின் வருகையால் உலகிலேயே மிகவும் கிராக்கியாக இருந்த நாட்டின் சணல் தொழில் முன்பு போல் இல்லை.

பொருளாதாரத்தில் ஏறுமுகம் :

வளர்ந்து வரும் நாடான பங்களா தேஷின் முக்கியத் தொழில் வேளாண்மை. நாட்டின் மக்கள் தொகையில் மூன்றில் இரண்டு பேர் வேளாண்மையில் ஈடுபட்டுள்ளனர். சணல் உற்பத்தியில் இந்தியாவுக்கு அடுத்தபடியாக உலகின் இரண்டாவது பெரிய நாடும், அரிசி உற்பத்தியில் நான்காவது பெரிய நாடும், பழங்கள் உற்பத்தி மற்றும் மீன் பிடித்தலில் ஐந்தாவது பெரிய நாடும் ஆகும். தேயிலை, வாழை, வெங்காயம் முதலியவை இங்கு அதிகம் உற்பத்தி செய்யப்படுகின்றன. ஆனால் கனிமங்கள் குறைவு. சிறிதளவு பெட்ரோலும், ஓரளவு இயற்கை வாயும் கிடைக்கின்றன. நாட்டில் தண்ணீர் தாராளமாகக் கிடைப்பதால் மின்சாரம் மிகுதியாக உற்பத்தி செய்யப்படுகிறது.

குறைந்த தொழிற் செலவு, தாராளமாகக் கிடைக்கும் வேலையாட்கள் போன்றவற்றால் நாடு ஆயத்த ஆடைகள் (Readymades) உற்பத்தியில் முன்னணியில் உள்ளது. கப்பல் கட்டுதல், மருந்து தயாரித்தல் முதலிய தொழில்களும் சிறப்பாக நடைபெறுகின்றன. அரசின் கடன் வழங்கும் திட்டம், சுயநிதிக் குழுக்களின் செயல்பாடு ஆகியவற்றால் உற்பத்தித் திறனும் வேகமாக வளர்ந்து வருகிறது. அமைதிக்கான நோபல் பரிசு பெற்ற முகமது யூனிசின் கிராமின் வங்கிகளும், பிற வங்கிகளும் திறம்படச் செயல்படுவதால் நாட்டின் தனி நபர் வருமானம் இரு மடங்கு உயர்ந்ததுடன், வறுமையும் வெகுவாகக் குறைந்துள்ளது.

இனம் மற்றும் மதம் :

17 கோடி மக்கள் தொகையை உடைய பங்களா தேஷில் வங்காளிகள்தான் பெரிய இனம். சக்மா, மர்மா, குகி, மிஸோ, சந்தால், காஸி போன்றவை சிறிய இனங்கள். 90 விழுக்காடு மக்கள் பின்பற்றும் இஸ்லாம் நாட்டின் பெரிய மதம். இவர்களில் பெரும்பான்மையாக சன்னிகளும், குறைந்த எண்ணிக்கையில் ஷியாக்களும் உள்ளனர். சிறுபான்மை

யினரில் பெரும்பான்மையாக 8 சதவீத இந்துக்களும், இதர சமயத்தைச் சார்ந்தவர்களாக கிறிஸ்துவர், புத்த மதத்தினர் போன்றோரும் இங்கு வாழ்கின்றனர்.

பரவிய இஸ்லாம் :

முதலில் அரபு வணிகர்கள் கடல் வழியாக சிட்டகாங் முதலிய துறைமுகங்களை அடைந்து வியாபாரத்துடன் இஸ்லாமிய சமயத்தையும் மக்களுக்கு எடுத்துக் கூறினர். இதனால் மெதுவாகப் பரவ ஆரம்பித்த இஸ்லாம் இங்கு கி.பி. 13ம் நூற்றாண்டுக்குப் பிறகுதான் வேகமாகப் பரவியது. முஸ்லிம் மன்னர்கள், இஸ்லாமிய அறிஞர்கள் மற்றும் சூபிகள் இதற்குப் பெரிதும் துணை புரிந்தனர். கி.பி. 16ம் நூற்றாண்டுக்கும் 18ம் நூற்றாண்டுக்கும் இடையே மொகலாயர் ஆட்சியில் இந்துக்களைவிட முஸ்லிம்கள் கொஞ்சம் குறைவாகவே காணப்பட்டனர். ஆனால் சூபிகள் உட்பட பலரின் இடைவிடாத முயற்சியால் மேலும் பலர் இஸ்லாத்தில் இணைந்தது, வட இந்தியாவின் பிற பாகங்கள் மற்றும் வெளிநாட்டு முஸ்லிம்களின் வருகை முதலியவை காரணமாக இங்கு முஸ்லிம்கள் பெரும்பான்மை ஆனார்கள்.

போர் வீரராக மாறிய சூபி ஷா ஜலால் :

ஷா ஜலால், அவர் மருமகன் ஷா பரன், குதுபுல் ஆலம் போன்றோர் இங்கிருந்த பிரபலமான சூபிகள். கி.பி. 14ம் நூற்றாண்டின் முற்பகுதியில் தனது இறுதி காலத்தை இங்கு செலவிட வந்த துருக்கியின் ஷா ஜலாலால் கவரப்பட்ட வங்கம் மற்றும் அஸ்ஸாமைச் சேர்ந்த ஆயிரக்கணக்கானவர்கள் முஸ்லிம்களாக மாறினர். அப்போது இங்கு ஆட்சி புரிந்த கௌர் கோவிந்தா முஸ்லிம்களுக்கு எதிராக இருந்ததால் அவருக்கும் சுல்தான் ஃபெருஸ் ஷாவுக்குமிடையே போர் மூண்டது. முதல் போரில் சுல்தான் தோல்வி அடைந்தார். இரண்டாவதாக நடந்த போரில் சுல்தானுக்காக ஷா ஜலால் தனது 360 சீடர்களுடன் கலந்து கொண்டார். இப்போரில் முஸ்லிம் படைகள் வென்றன. ஷா ஜலாலின் புகழைப் பற்றிக்

கேள்விப்பட்ட பிரபல கடற்பயணி இபுன் பதுதா ஒருமுறை சிட்டகாங்கிலிருந்து சில்ஹட் வந்து இவரைப் பார்த்து விட்டுச் சென்றார். மேலும் டாக்காவின் விமான நிலையமும், சில்ஹட்டின் அறிவியல் மற்றும் தொழில்நுட்பப் பல்கலைக்கழகமும் இவர் பெயரைத் தாங்கியுள்ளன.

உதவிவேண்டி ஜான்பூர் சுல்தானை அழைத்த குதுபுல் ஆலம் :

குதுபுல் ஆலத்தைப் பற்றிய தகவலும் மிகவும் சுவாரஸ்யமானது. அலாவுத்தீன் ஃபெருஸ் ஷாவை சுல்தானை பதவியிலிருந்து இறக்கிவிட்டு பதவிக்கு வந்தவர் ராஜ கணேசா. இவர் முஸ்லிம்களிடம் கடுமையாக நடந்து கொண்டதாகவும், இதனால் தங்களுக்குப் பாதுகாப்பு வேண்டியும் அவர்கள் குதுபுல் ஆலத்திடம் வந்து முறையிட்டனர். அவர் உடனேயே ஜான்பூர் சுல்தானிடம் கணேசா மீது போர் தொடுக்க வேண்டினார். ஜான்பூர் படைகள் இங்கு வந்ததும் கணேசா ஆலத்திடம் வந்தார். அவரின் யோசனைப்படி கணேசாவின் மகன் ஜாடு தனது பெயரை ஜலாலுத்தீன் முஹம்மது ஷா என்று மாற்றிக் கொண்டு தந்தைக்குப் பதிலாக ஆளத் தொடங்கினார். சிறிது காலம் கழித்து ஜான்பூர் படைகள் இங்கிருந்து சென்றதாலும், ஆலம் அப்போது இல்லாததாலும் ராஜா கணேசா மகனை நீக்கிவிட்டு தானே ஆட்சி செய்யத் தொடங்கினார். தந்தை இறந்ததும் மகன் திரும்பவும் முஸ்லிமாகவே ஆண்டார்.

இந்தியாவின் நட்பு நாடு :

சீனா, அமெரிக்கா, முஸ்லிம் நாடுகள் உட்பட எல்லா நாடுகளுடன் பங்களா தேஷ் நட்பாக இருக்கிறது. நாட்டின் விடுதலைக்கு உறுதுணையாக இருந்த இந்தியாவுடனும் நல்ல நெருக்கமாக உள்ளது. ‘டீஸ்டா’ நதிநீர் பங்கீடு போன்ற சில பிரச்சினைகள் இரு நாடுகளுக்கிடையே இருக்கத்தான் செய்கிறது என்றாலும் சமீபத்தில் இந்நாடுகளின் நில எல்லை சம்மந்தமாக ஓர் ஒப்பந்தம் கையெழுத்தானது. இதன்படி

காலிதா ஜியா - ஷேக் ஹஸீனா

இந்தியா மற்றும் பங்களா தேஷ் முறையே *51* மற்றும் *111* பிற நாடு சூழ் (enclaves) பகுதிகளை மாற்றிக் கொள்ளும் ஒப்பந்தம்தான் அது. இந்நாட்டுக்கு இன்னொரு ஆறுதல் செய்தியும் கிடைத்துள்ளது. இரு நாடுகளுக்கும் சொந்தமான வங்காள விரிகுடாவின் கடல் எல்கை பற்றிய தகவல்தான் அது. ஐக்கிய நாடுகள் சபையின் சர்வதேச தீர்ப்பாயம் *25,602* சதுர கிலோ மீட்டர் கொண்ட இந்த விரிகுடாவில் *19,467* சதுர கிலோ மீட்டர் வங்க தேசத்துக்குச் சொந்தம் என்றும், மீதி இந்தியாவுக்குரியது என்றும் அது தனது தீர்ப்பில் கூறியுள்ளது.

சமூக நிலை :

வேலையில்லாத் திண்டாட்டம், இயற்கையின் சீற்றம், போராட்டங்கள் போன்றவை நாடு எதிர்கொள்ளும் பிரச்சினைகள். நாட்டின் விடுதலைக்கு எதிராக செயல்பட்டதாக ஜமாஅத்தே இஸ்லாமியர்கள்மீது தண்டனை வழங்கப்படுவதும், அதை எதிர்த்து அவர்கள் தெருவுக்கு வருவதும் தொடர்கதையாக உள்ளது. வங்கிச் சேவைக்காக எந்த யூனுசுக்கு நோபல் பரிசு அளிக்கப்பட்டதோ அவர் மீதுள்ள குற்றச்சாட்டுகளுக்காக நடவடிக்கைகளும்

எடுக்கப்பட்டன. எனினும் பங்களா தேஷின் சமூக அமைப்பில் நல்ல மாற்றம் ஏற்பட்டுள்ளது. நாட்டின் பிறப்பு விகிதம் இந்தியா மற்றும் பாகிஸ்தானைக் காட்டிலும் குறைவு. இங்கு கழிவறையைப் பயன்படுத்தாதவர்கள் ஒரு சதவீதம் மட்டுமே. அதே வேளையில் இந்தியா, நைஜீரியா போன்ற நாடுகளில் பாதிக்கும் மேற்பட்டோர் பயன்படுத்துவதில்லை.

வெற்றி நாள் சாதனை :

2013ம் ஆண்டு நடந்த பங்களா தேஷின் 'வெற்றி நாள்' என்ற சுதந்திர தினத்தில் 27,111 பேர் நாட்டின் தேசியக் கொடி வடிவத்தில் நின்றுகொண்டு ஓர் உலக சாதனை படைத்தனர். (இச்சாதனை பாகிஸ்தான் போன்ற நாடுகளால் முறியடிக்கப் பட்டுள்ளது என்பது வேறு விஷயம்). அப்போது அவர்கள் எல்லோரும் சேர்த்து கொண்டு தங்கள் நாட்டு தேசிய கீதத்தைப் பாடினர். அப்பாடலின் தொடக்கம் இதுதான். "எனது தங்கமான வங்காளமே, நான் உன்னை நேசிக்கிறேன்". இந்தப் பாடலை எழுதியது வேறு யாருமில்லை. நமது தேசிய கீதத்தை எழுதிய அதே தாகூர்தான். தாகூர் எழுதிய தேசிய கீதத்தை அவர்கள் வைத்துக் கொண்டாலும் அவர்களின் தேசியக் கவிஞர் காஸி நஸ்ருல் இஸ்லாம் ஆவார்.

☆☆☆

5

புருனே

அதி ஆடம்பரத் திருமணம்:

*2015*ம் வருடம் ஜூலை *12*ம் நாள் இளவரசர் அப்துல் மாலிக்குக்கும் மென்பொருள் பொறியாளர் தயாங்கு

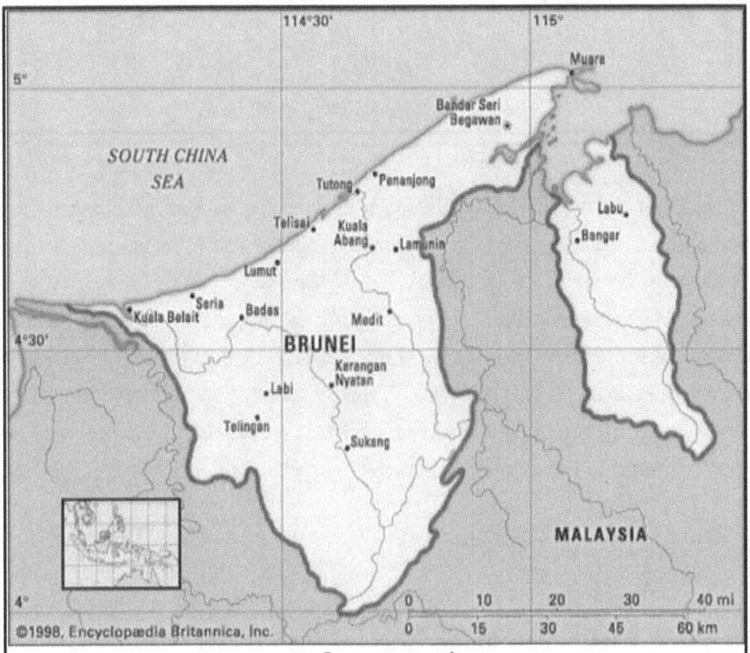

புருனே வரைபடம்

ராபியத்துல் அதவிய்யா என்பவருக்கும் இஸ்லாமிய முறைப்படி உலகின் மிகப்பெரிய அரண்மனையில் ஒரு திருமணம் நடைபெற்றது. மணமக்கள் அணிந்திருந்த

அரச குடும்ப திருமணத் தம்பதியர்

ஆடைகள் தங்கம் மற்றும் வைரத்தால் பதிக்கப்பட்டிருந்தன. தலையில் அணிந்திருந்த தங்கக் கிரீடங்கள் வைரங்களால் அலங்கரிக்கப்பட்டிருந்தன. காலணிகள் கூட முழுவதும் தங்கத்தால் வடிவமைப்பட்டிருந்தன. இப்பேர்ப்பட்ட ஆடம்பர மான திருமணம் நடந்தது புருனே நாட்டில்தான். சின்னஞ் சிறிய நாடாக இருந்தாலும் அமெரிக்கா, ஜப்பான் போன்ற வளர்ந்த நாடுகளுக்குச் சவால் விடும் அளவுக்கு அபரிமிதமான வளர்ச்சியைப் பெற்றுச் செல்வச் செழிப்பாக உள்ளது புருனே.

அமைதியின் உறைவிடம் :

புருனேயின் முழுப்பெயர் 'நெக்ரா புருனே தாருஸ்ஸலாம்.' இவை மலாய் மொழிச் சொற்கள். 'புருனே நாடு அமைதியின் உறைவிடம்' என்பதுதான் இதன் பொருள்.

'இறைவனின் வழிகாட்டுதலுடன் எப்போதுமே சேவை' என்பது நாட்டின் அடைமொழி (motto). 'இறைவன் மன்னரை ஆசீர்வதிக்கட்டும்'. இவ்வாறு தொடங்குவது நாட்டின் தேசிய கீதம். என்னடா அமைதி, இறைவன், ஆசீர்வாதம் என்றெல்லாம் வருகிறதே என்றுதானே யோசிக்கிறீர்கள். ஆம், புருனே ஓர் இறை பக்தி மிக்க நாடு என்பது மட்டும் நன்றாகத் தெரிகிறது.

அதுதான்.... அங்கே :

நாட்டின் பெயர் எவ்வாறு புருனே என்று வந்தது என்பதற்கு நமக்குச் சில தகவல்கள் கிடைக்கின்றன. தெம்புராங் மாவட்டத்திலிருந்து புருனே அவங் அலக் பெதாதர் என்பவரால் தோற்றுவிக்கப்பட்டதாகவும், அவர் புருனே நதி முகத்துவாரத்தில் புருனே என்ற பகுதியைக் கண்டபோது ஆச்சரியத்தில் 'அதுதான்....அங்கே' என்ற அர்த்தத்தில் 'பரு னா' என்று கூறியதாகவும், பின் அது திரிந்து புருனே என்று மாறியதாகவும் ஒரு சாரார் சொல்வர். இந்தத் தருணத்தில் அறிஞர் ஆர்க்கமெடிஸ் தனது கருத்து உறுதிப்படுத்தப்பட்டதும் 'நான் கண்டு கொண்டேன்' என்ற பொருளில் 'யுரீகா' என்று கூறிக்கொண்டே ஓடியது நம் நினைவுக்கு வரும். மற்றொரு சாரார் 'பருனை' என்பதுதான் புருனே என்று மாறியது என்பர். வட மொழியில் 'வருன்' என்றால் வருணன் அல்லது கடல் மன்னன் என்பதாகும். வருன் என்ற சொல் பருன், பருனை என்று மாறி முடிவில் புருனே என்றாயிற்றாம்.

குவிந்த கைகளுடன் நாட்டின் கொடி :

மஞ்சள் நிறக் கொடியின் குறுக்கே வெள்ளை மற்றும் கருப்பு நிறப்பட்டைகள் காணப்படுகின்றன. மஞ்சள் அரசாட்சியையும், இரண்டு பட்டைகள் ஐந்தாவது சுல்தான் போல்கையாவுக்குப் பாதுகாவலர்களாகவும், பின்னர் ஆலோசகர்களாகவும் இருந்த இரு அமைச்சர்களையும் குறிக்கின்றன. கொடியின் நடுவில் அரசாட்சியின் அடையாளமான ஒரு வெண் கொற்றக் குடையும், அதனோடு

புருனே கொடி

சேர்ந்து அதன் கீழே மேலே நோக்கியபடி ஒரு வளர்பிறையும் உள்ளன. வளர்பிறை இஸ்லாத்துடன் தொடர்புடையது. மேலும் பிறையில் நாட்டின் அடை மொழியும், பிறையின் கீழ் நாட்டின் பெயரும் அரபியில் எழுதப்பட்டுள்ளன. குடையின் மேல் நாட்டின் கொடியும், குடையின் குறுக்கே நான்கு தூவிகளைக் (feathers) கொண்ட இரு இறக்கைகளும் உள்ளன. தூவிகள் நீதி, சாந்தம், செழிப்பு, சமாதானம் ஆகிய நான்கு குணங்களைக் காட்டுகின்றன. குடை மற்றும் பிறையைச் சுற்றி தலா ஒரு கை வீதம் இரண்டு பக்கங்களிலும் இரு கைகள் காணப்படுகின்றன. இந்த வளையல்கள் அணிந்த பெண்ணின் கைகள் அரசின் தயாள குணத்தை வெளிப்படுத்துகின்றன.

வித்தியாசமான தோற்றம் :

புவியியல் அமைப்பில் புருனே வித்தியாசமான தோற்றத்தைக் கொண்டுள்ளது. நாடு ஒரே பகுதியாக இல்லாமல் இரண்டாகப் பிளந்து காணப்படுவதோடு இதன் நடுவில் இன்னொரு நாட்டின் பகுதியும் உள்ளது. தெற்காசிய நாடான புருனே போர்னியோ தீவில் அமைந்துள்ளது. வடமேற்கில் பெரியதாகவும், கிழக்கில் சிறியதாகவும் அமைந்த இதன் இரு பாகங்களுக்கிடையே இருப்பது மலேஷியாவின் சாரவாக் மாநிலத்தின் ஒரு மாவட்டம். இதிலுள்ள லிம்பாங்க் நதியின் நீர் பிடிப்புப் பிரதேசம் பல வருடங்கள் ஒரு சர்ச்சைக்குரிய இடமாகவே இருந்தது. புருனேவின் செல்வாக்கு சரியத் தொடங்கியபோது மலேஷியாவின் கைகளுக்குச் சென்ற இந்த நதிமூலப் பகுதி இன்று வரை புருனேவுக்குத் திரும்பக் கிடைக்கவில்லை.

முக்கியத்துவம் பெற்ற சிறிய நாடு :

5,765 சதுர கிலோ மீட்டர் பரப்பளவு உடைய புருனே உலகின் சிறிய நாடுகளில் ஒன்றாகும். இந்நாட்டை மலேஷியா மட்டுமின்றி கடலும் சூழ்ந்துள்ளது. இக்கடல் பகுதியில் நீண்ட தூரத்துக்குத் தென் சீனக் கடலும், குறைந்த தூரத்துக்கு புருனே விரிகுடாவும் கிடக்கின்றன. இந்தியப் பெருங்கடலுக்கும், பஸிபிக் பெருங்கடலுக்கும் இடையில் தென் சீனக் கடல் இருப்பதால் இப்பகுதி முக்கியத்துவம் பெறுகிறது.

நில அமைப்பு :

புருனேவின் பெரும்பகுதி தட்டையான மற்றும் குறுகலான கடற்கரைச் சமவெளியைக் கொண்டது. இது நாட்டின் வடக்கில் உள்ளது. தெற்கில் கரடுமுரடான குன்றுகளையும், தாழ்வான நிலங்களையும் காணலாம். சதுப்பு நிலங்களும், செழிப்பான பள்ளத்தாக்குகளும் ஆங்காங்கே காணப்படுகின்றன. 1,850 மீட்டர் உயரம் கொண்ட புகித் பாகன் நாட்டிலேயே மிகவும் உயரமான மலை. ரேட்டக், லெசாங், சுஆங் முதலியவை இங்குள்ள இதர மலைகளாகும். பெலைட் நாட்டின் மிகவும் நீளமான மற்றும் பெரிய ஆறு. பண்டருன், தெம்புராங், துதாங், புருனே போன்றவை இதர முக்கியமான ஆறுகள்.

காலநிலையும், அரியவகை உயிரினங்களும் :

நாட்டின் காலநிலை சூடாகவும், ஈரப்பதம் நிறைந்ததாகவும் இருக்கிறது. நல்ல மழைப் பொழிவும் இங்குள்ளது. மே முதல் செப்டம்பர் முடிய தென் மேற்குப் பருவக் காற்றாலும், டிசம்பர் முதல் மார்ச் வரை வட கிழக்குப் பருவக் காற்றாலும் மழை பெய்கிறது. இவ்விரு காலங்களுக்கு இடையேயும் மழை பெய்வதுண்டு. கடற்கரைப் பகுதிகளில் 115 அங்குலத்துக்குக் கூடுதலாகவும், உட்பகுதிகளில் இன்னும் அதிகமாக 150 அங்குலத்துக்கும் கூடுதலாகவும் மழை கிடைக்கிறது. இச்சிறிய நாட்டில் பல வகையான

புரோபோசிஸ் குரங்கு

உயிரினங்களைப் பார்க்கலாம். ஐநூறுக்கும் மேற்பட்ட மீன் இனங்கள், பல வகையான இறால்கள், முதலைகள், ஆமைகள், ‘பறக்கும் நரிகள்’ எனப்படும் பெரிய வவ்வால்கள் முதலியவை இங்கு வாழ்கின்றன. நீண்ட மூக்குடனும், தொப்பையான வயிறுடனும் உள்ள புரோபோசிஸ் குரங்கு, ‘ஆட்டர்’ புனுகுப் பூனை, கரிய நிற சிறுத்தை, ஓரங்குட்டான் குரங்கு போன்றவை இங்கு காணப்படும் அரிய வகை விலங்குகள். இவற்றைப் பாதுகாக்க அரசு நல்ல முயற்சி செய்து வருகிறது.

ஆரம்பகால வரலாறு :

புருனேவின் ஆரம்ப கால வரலாறு பற்றிச் சரியான தகவல்கள் இல்லை. கி.பி. 6ம் நூற்றாண்டில் நாடு சீனாவுடன் வணிகத் தொடர்பு வைத்துக் கொண்டு இங்கிருந்து சூடம், வாசனைத் திரவியங்கள், மரத்தடிகள் முதலியவற்றை அனுப்பியது. அந்நூற்றாண்டுக்குப் பின்னரும் நீண்ட காலமாக இந்நாட்டுடன் சீனா தொடர்பு கொண்டிருந்தது. சீனாவின் சோங் வம்சம் சீனாவில் ஆட்சி செய்தபோது மேலும் சீனர்கள்

வரத் தொடங்கினர். அவர்களில் சில முஸ்லிம்களும் அடங்குவர். சுமத்ராவை மையமாகக் கொண்டு கி.பி. 8 முதல் 12ம் நூற்றாண்டு முடிய ஆட்சி செய்த புத்த அரசு ஸ்ரீ விஜயப் பேரரசு. முதலில் புருனே இப்பேரரசின் கீழ் வந்தது. அதன்பின் ஜாவாவைப் பிரதானமாகக் கொண்ட இந்து மஜபஹித் அரசுக்குக் கப்பம் செலுத்தும் நாடாக மாறியது. இதற்கிடையே புருனே கேட்டுக் கொண்டதற்கிணங்க சீனா 1408ல் இதன் பாதுகாப்புக்கு வந்தது. பின்னர் புருனே அந்நியர்களிடமிருந்து விடுபட்டு புருனேவைச் சேர்ந்தவர்களாலேயே ஆளப்பட்டது.

பொற்காலம் :

கி.பி. 14ம் நூற்றாண்டில் புருனே மன்னர் அவங் அலக் பெததார் மதம் மாறி முஹம்மது ஷா என்ற பெயரையும் வைத்துக் கொண்டு சுல்தான் ஆட்சியை ஏற்படுத்தினார். பின் அவர் மலேயாவின் ஜோஹார் ராணியை மணமுடித்தது ஸ்பானியர்களுக்கு எரிச்சலைக் கொடுத்தது. ஏனெனில் கிறிஸ்துவ நாடான பிலிப்பைன்ஸ் போன்று வேறு நாடுகளையும் கைப்பற்ற வேண்டும் என்பது அவர்களின் எண்ணம். புருனே மன்னருக்குத் திருமணம் மூலம் மலேயாவுடன் உள்ள உறவால் அவர் மேலும் வலிமை பெற்றால் தங்கள் ஆசை கைகூடாமல் போய்விடுமோ என்று அவர்கள் நினைத்தனர். கி.பி. 15 முதல் 17ம் நூற்றாண்டு முடியவுள்ள காலம் புருனேவின் பொற்காலம் ஆகும். குறிப்பாக ஐந்தாம் சுல்தான் போல்கையாவின் ஆட்சியில் புருனே புகழின் உச்சிக்கே சென்றது. போர்னியோவின் வட பகுதி, சுலு தீவுகள், இன்றைய பிலிப்பைன்ஸின் தலைநகரான மணிலா என்ற அன்றைய செலுடாங் முதலியவை இவரின் ஆளுகையின் கீழ் வந்தன. புருனேவின் செல்வாக்கைப் பற்றி போர்ச்சுக்கீஸிய மாலுமி மெகல்லனின் குழுவில் இடம் பெற்றிருந்த அந்தோனியோ பிகஃபெட்டா தனது 'மெகல்லனின் கடற்பயணம்' (The Voyage of Magellan) என்ற புத்தகத்தில் விவரிக்கிறார்.

காஸ்டீல் போர் :

*1578*ம் வருடம் புருனே மீது ஒரு திடீர் படையெடுப்பு நடந்தது. ஸ்பெயின் படை ஃபிரான்சிஸ்கோ டிசான்டி

காஸ்டீல் போர் பற்றிய ஓர் ஓவியம்

(Francisco de Sande) தலைமையில் பிலிப்பைன்ஸ் மற்றும் போர்னியோவின் போர் வீரர்களையும் சேர்த்துக் கொண்டு மணிலாவிலிருந்து புறப்பட்டு புருனேமீது போர் தொடுத்தது. பதவி ஆசைக்காக புருனேவின் லேலா மற்றும் ரத்னா என்ற இரு பிரபுக்கள் ஸ்பானியப் படைக்கு உதவினர். எதிரிப் படை தலைநகரைத் தாக்கியதும் சுல்தான் சைபுல் ரிஜால் எதிரிகளின் கண்ணுக்குப் படாமல் ஒவ்வொரு இடமாகத் தப்பிச் சென்றார். காலரா போன்ற நோய்கள் தொற்றிக் கொண்டதாலும், புருனேவின் எதிர்தாக்குதலுக்குத் தாக்குப் பிடிக்க முடியாமலும் ஸ்பானிய வீரர்களில் பலர் இறந்தனர். எனவே தங்களின் இந்த *72* நாள் முற்றுகைக்குப் பின் ஸ்பானியர்கள் இங்கிருந்து சென்றனர். ஆனால் போகும்போது புருனே பெரிய மசூதியை தீ வைத்துக் கொளுத்தினர்.

இவ்வாறு இரு நாடுகளுக்கு இடையே ஏற்பட்ட 'காஸ்டீல் போர்' (Castillian War) முடிவுக்கு வந்தது.

நன்றிக் கடன் :

சர். ஜேம்ஸ் புரூக்

நாட்டில் ஏற்பட்ட குழப்பங்களைப் பயன்படுத்திக் கொண்டு பிரிட்டன் நாட்டாண்மையாகச் செயல்பட ஆரம்பித்தது. புருனேயின் முதலமைச்சரும், இளவரசரும் ஆன பெங்கிரான் மூதா ஹாஸிம் கேட்டுக் கொண்டதால் ஜேம்ஸ் புரூக் தலைமையில் ஆங்கிலப் படைகள் 1841ல் கிளர்ச்சிக் காரர்களை அடக்கின. இதற்கு நன்றிக் கடனாக சாரவாக் ஆங்கிலேயருக்குக் கொடுக்கப்பட்டது. ஜேம்ஸ் புரூக் சாரவாக்கின் முதல் 'வெள்ளை(க்கார) ராஜா' (White Rajah) ஆனார். இதற்கு எதிர்ப்பு தெரிவித்து சுல்தான் இரண்டாம் உமர் ஸைபுத்தீனின் சில ஆதரவாளர்களால் மூதா ஹாஸிமும் அவரது குடும்பத்தினரும் கொல்லப்பட்டனர்.

மிஞ்சியது இன்றைய புருனே மட்டும் :

நாளடைவில் பிரிட்டன் மேலும் சில பகுதிகளை ஆட்சி செய்யத் தொடங்கியது. சில பகுதிகளைக் குத்தகைக்கும் விட்டது. இதனால் மேலும் குழப்பம் ஏற்பட்டது. எனவே புருனே 1888ம் ஆண்டு பிரிட்டனின் பாதுகாப்பு நாடாக மாறியது. பிரிட்டனின் அனுமதியின்றி நாடு சுயமாக எதுவும் செய்யக்கூடாது என்ற நிலையும் உருவாகியது. 19ம் நூற்றாண்டின் கடைசியில் சாரவாக் நிரந்தரமாக புருனேவின் கையை விட்டுப் போனதோடு லெபுஆன் தீவு மற்றும் சபா எனப்படும் இன்றுள்ள கிழக்கு மலேஷியாவையும் இழந்தது. முடிவில் இன்று நாம் காணும் சிறு நாடான புருனே மட்டும் இதற்கு மிஞ்சியது.

இரண்டாம் உலகப் போர் :

இரண்டாம் உலகப் போர் வெடித்ததும் 1941ல் ஜப்பான் இந்நாட்டை ஆக்கிரமித்துக் கொண்டது. கல்வி நிலையங்களிலும், அலுவலகங்களிலும் ஜப்பானிய மொழி திணிக்கப்பட்டது. போதாக்குறைக்கு நாட்டில் பஞ்சம் நிலவியது; நோய்களும் பரவின. கூட்டு நாடுகளிடம் போரில் சரணடைந்த ஜப்பான் ஒரு வழியாக 1945ம் வருடம் இங்கிருந்து சென்றது. ஆனால் போகும்போது புருனேவின் பெரிய மசூதி உட்பட பல கட்டிடங்களைச் சேதப்படுத்தியும், ஏராளமான எண்ணெய் கிணறுகளை எரிய விட்டும் போனது.

விடுதலை :

சுல்தான் போர்கையா

1959ம் ஆண்டு நாடு புது அரசியல் சட்டத்துடன் சுயமாக ஆளும் தகுதியைப் பெற்றாலும் வெளிநாட்டு விவகாரம், பாதுகாப்பு ஆகியவற்றை ஆங்கிலேயரே கவனித்து வந்தனர். நவீன புருனேவின் சிற்பியாக விளங்கிய சுல்தான் உமர் அலி ஸைபுத்தீன் 1967ல் தனது மகனுக்காகப் பதவி விலகினார். அடுத்து அவர் மகன் ஹசனல் போல்கையா பதவியேற்றார். புருனேவுக்கு முழுமை யான சுதந்திரம் 1984 ஜனவரி 1ல்தான் கிடைத்தது. ஹசனல் போல்கையாதான் இன்று வரை சுல்தானாக இருந்து வருகிறார்.

எண்ணெயும், எரிவாயுவும் :

வேளாண்மை, கால்நடைகள் வளர்த்தல், மீன் பிடித்தல், சுற்றுலா முதலியவை இங்கு ஓரளவு நடைபெறும் தொழில்கள். தென்கிழக்கு ஆசியாவிலேயே பெட்ரோல் உற்பத்தியில் மூன்றாவது இடத்தையும், எரிவாயு உற்பத்தியில் உலகிலேயே

நான்காவது இடத்தையும் பெறுகிறது புருனே. இதிலிருந்தே நாட்டின் பொருளாதாரம் பெட்ரோல் மற்றும் எரிவாயுவால் பெரிதும் பயனடைகிறது என்று சொல்லி விடலாம். இங்கு உற்பத்தி செய்யப்படும் எரிவாயுவின் பெரும் பங்கு ஜப்பான், கொரியா ஆகியவற்றுக்கு ஏற்றுமதி செய்யப்படுகிறது. பல கடுமையான முயற்சிகளுக்குப் பின் 1929ல் இங்கு எண்ணெய் வளம் கண்டுபிடிக்கப்பட்டது. எண்ணெய் கண்டுபிடிக்கப்படுவதற்கு முன் நாடு சாதாரண நிலையில்தான் இருந்தது. பின் இதன் பொருளாதாரத்தில் வியத்தகு மாற்றம் ஏற்பட்டது. நாடு சுதந்திரம் அடைவதற்கு முன்பு பிரிட்டன் பாதுகாப்பு நாடாக இருந்தபோதே அப்போதிருந்த தேசிய திட்டத்தின் கீழ் கல்வி, சுகாதாரம், கட்டமைப்பு வசதி என பல துறைகளிலும் வளர்ச்சியடைந்த தொடங்கியது.

நிர்வாகம் மற்றும் நீதிமுறை :

பெலைட், புருனே – முஆரா, துதாங், தெம்புராங் என நாடு நான்கு ‘தீராஹ்’ என்ற மாவட்டங்களை உடையது. தெம்புராங் நாட்டின் பிரதான பகுதியிலிருந்து விலகி தனியாக உள்ளது. இந்நான்கு மாவட்டங்களும் 38 ‘முகிம்’ எனப்படும் சார்பு மாவட்டங்களைக் கொண்டவை. நாடு மலேய கலாச்சாரத்தையும், இஸ்லாமிய சமயத்தையும், சுல்தானின் மன்னராட்சியையும் அடிப்படையாக உடையது. மன்னரே பிரதமராகவும், வெளியுறவு மற்றும் பாதுகாப்பு அமைச்சரும் ஆவார். அவர் மகன் அல் முஹ்ததீ பில்லா பட்டத்து இளவரசர். புருனே சட்டம் ஆங்கில பொதுச் சட்டத்தை அடிப்படையாகக் கொண்டது. முஸ்லிம்களின் தனிப்பட்ட விஷயங்களில் ஷரீஅத் சட்டம் பின்பற்றப்படுகிறது. உள்ளூர் நீதிமன்றங்களுடன் உயர்நீதி மன்றமும் உண்டு. இந்த உயர்நீதி மன்றத்தில் ஆங்கிலேயர் இன்று வரை பணிபுரிகின்றனர். அதுபோல நாட்டின் பாதுகாப்புக்காக இங்கிலாந்துடன் செய்து கொண்ட ஒப்பந்தப்படி ஆங்கில மற்றும் கூர்கா போர் வீரர்கள் இன்றும் இங்குள்ளனர்.

கிழக்கு வெனீஸ் :

நாட்டின் மொத்த மக்கள் தொகை நான்கு லட்சம் மட்டுமே. இதில் பத்து சதவீதமாக உள்ள 40,000 பேர் புருனே ஆற்றின் தண்ணீருக்கு மேல் காணப்படும் வீடுகளில் வசிக்கிறார்கள். இவ்வீடுகள் 'கிழக்கு வெனீஸ்' என்ற கம்போங்க் அயர்வாட் கிராமத்தில் உள்ளன. இந்தக் கிராமம் உலகிலேயே தண்ணீருக்கு மேலே அதிக வீடுகளைக் கொண்டது என்ற பெருமையுடையது. இங்கு பள்ளிக்கூடங்கள், மருத்துவமனைகள் போன்ற வசதிகள் இருப்பதோடு ஓரிடத்திலிருந்து இன்னொரு இடத்துக்குச் செல்ல நடைபாதைகளும் உண்டு.

இனமும், மதமும் :

நாட்டில் மலேயர் பெரிய இனம். 65 சதவீதமாக இருக்கும் இவர்களில் பூர்வீக மக்களான துசுன், பிஸையா, பெலைத், கெடயன் முதலியவர்களும் அடங்குவர். சீனர் 10 விழுக்காடும், மலேயர் அல்லாத பூர்வீகக் குடிமக்கள் 4 விழுக்காடும் ஆவர். மீதமுள்ளவர்கள் பல்வேறு தெற்காசிய நாடுகளிலிருந்து வந்து இங்கு குடியேறியவர்கள். வேலை வாய்ப்புகளுக்காக இங்கு வந்தவர்கள் போன்றோர். 78 சதவீத மக்கள் பின்பற்றும் இஸ்லாம் நாட்டின் பெரிய சமயம். இதை மலேயர்களும், சீனர்களும் பின்பற்றுகின்றனர். அனேகமாக முஸ்லிம்கள் எல்லோரும் ஷாபி சன்னி பிரிவைச் சேர்ந்தவர்கள். 8 விழுக்காடு கிறிஸ்துவர்களும், அதே அளவு புத்த மதத்தினரும் நாட்டில் வாழ்கின்றனர். அனிமிஸ்ட் எனப்படும் இயற்கையை வணங்குபவர்களும் இங்குள்ளனர்.

தொடக்க கால இஸ்லாம் :

இஸ்லாம் இங்கு பரவுவதற்கு முன் இந்து மதம், புத்த மதம் முதலியவை இருந்தன. பின்னர் கிறிஸ்துவ மதமும் வந்தது. அரேபியா, சீனா போன்ற நாடுகளிலிருந்து வந்த வணிகர்கள் மூலம் இங்குள்ளவர்கள் இஸ்லாத்தைப் பற்றி

முதலில் அறிந்து கொண்டனர். இங்கு இப்போது காணப்படும் முஸ்லிம்களின் அடுக்குகளுடன் கூடிய சமாதிகளும், சீனாவின் சமாதிகளும் ஒரே மாதிரியாக இருக்கின்றன. அதைப்போன்று இங்குள்ள பழைய மசூதிகளின் தூண்களின் அடிமட்டமும், சீனாவின் தூண்களும் ஒத்திருக்கின்றன. இங்கு நாம் பார்க்கும் சில சமாதிகளின் மேல் 1264, 1462, 1499 முதலிய வருடங்கள் அரபியில் காணப்படுகின்றன. 1264ம் ஆண்டு சோங் பேரரசின் தூதுவராக இங்கு வந்த பூ குங்க் சீமு என்ற முஸ்லிம் இங்கேயே தங்கி பின் இறந்தார். இவற்றிலிருந்து ஒன்றை மட்டும் தெரிந்து கொள்ளலாம். அப்போதே இஸ்லாம் இங்கு வளரத் தொடங்கியது.

வேகமாகப் பரவிய இஸ்லாம் :

கி.பி. 15ம் நூற்றாண்டில் புகழ்பெற்ற மலேயாவின் மலாக்கா சுல்தான் அரசு கிழக்கு ஆசியாவின் ஒரு சிறந்த இஸ்லாமிய மையமாக விளங்கியது. எனவே அதன் தாக்கம் புருனேவிலும் உணரப்பட்டு பலர் இஸ்லாத்தின் பக்கம் வரத் தொடங்கினர். கூடவே மலேயாவின் கலாச்சாரம் இவர்களிடம் சேர்ந்து கொண்டது. காலப்போக்கில் புருனே சுல்தான் அரசும் மலாக்கா அரசுக்குப் போட்டி போடுகிற அளவுக்கு வளர்ந்து இஸ்லாத்தைப் பிற நாடுகளில் பரப்புகின்ற பொறுப்பையும் எடுத்துக் கொண்டது. இதனால் கிறிஸ்துவர்கள் அதிகமாக இருந்த பிலிப்பைன்ஸின் தென் பகுதியில் இஸ்லாம் இடம் பிடித்துக் கொண்டது. இதைப் பொறுத்துக் கொள்ளமுடியாத மணிலாவின் ஆளுநர் சுல்தானுக்குக் கடிதம் எழுதினார். அதில் கிறிஸ்துவ போதகர்களை புருனேவில் மதப் பிரசங்கம் செய்ய அனுமதிக்குமாறும், முஸ்லிம் போதகர்களை அடுத்த நாடுகளுக்கு அனுப்பக் கூடாது என்றும் கேட்டுக் கொண்டார். இதைப் படித்த சுல்தான் கோபமுற்று அக்கடிதத்தைக் கிழித்துப் போட்டார். இவ்வாறு ஏற்பட்டதே காஸ்டீல் போர். இப்போது சுல்தான் யார் என்பதும், ஆளுநர் யார் என்பதும் உங்களுக்குப் புரிந்திருக்கும்.

உயரமான மசூதியும், பெரிய மசூதியும் :

'சுல்தான் உமர் அலி ஸைபுத்தீன் மசூதி' நாட்டிலேயே உயரமான கட்டிடம். தலைநகர் பந்தர் சரியில் உள்ள இது

புந்தர் சரியின் சுல்தான் உமர் அலி ஸைபுத்தீன் மசூதி

1958ல் கட்டப்பட்டது. இந்த மசூதி தரைமட்டத்திலிருந்து 47 மீட்டர் உயரமுடையதாகவும், இதன் நடுவிலுள்ள கும்மட்டம் தங்கத்தினால் ஆனதாகவும் உள்ளது. இதன் கும்மட்டங்கள், வளைவுகள், மினாராக்கள் முதலியவை மிகவும் அலங்காரமானவை. இத்தாலிய பளிங்குக்கல், சீனாவின் கிரானைட் கல், இங்கிலாந்தின் தொங்கு விளக்குகள் மற்றும் கண்ணாடி ஜன்னல்கள், சவுதி தரைவிரிப்புகள் போன்ற உலகின் பல பாகங்களிலிருந்து கொண்டு வரப்பட்ட பொருட்களைக் கொண்டு இப்பள்ளிவாசல் கட்டப்பட்டது. பந்தர் சரியின் பக்கத்திலுள்ள காம்போங்க் கியாராங்கில் நிற்பது 'ஜாமி அஸ்ர் ஹசனல் போல்கையா பள்ளிவாசல்'. இதுதான் நாட்டின் பெரிய மசூதி. புருனேவில் இஸ்லாத்தின் முக்கியத்துவத்தை வெளிப்படுத்துவதற்காகவும், போல்கையா

பதவிக்கு வந்து 25 வருடங்கள் நிறைவடைந்ததற்காகவும் கட்டப்பட்டது இப்பள்ளிவாசல்.

நம்பிக்கை வெளிச்ச அரண்மனை :

'நம்பிக்கை வெளிச்ச அரண்மனை' எனப்படும் 'இஸ்தானா நூறுல் ஈமான்' உலகிலேயே குடியிருப்பாக உள்ள

புருனே அரண்மனை

மிகப்பெரிய அரண்மனை. இது இந்தியாவின் ராஷ்டிரபதி பவனைவிடப் பல மடங்கு பெரியது. சுமார் 1800 அறைகள், 5000 பேர் ஒரே சமயத்தில் சாப்பிடக்கூடிய விருந்து உபசரணை மண்டபம், 1500 பேர் தொழக்கூடிய மசூதி, சுல்தானின் குதிரைகளை அடைக்கக்கூடிய குளிரூட்டப்பட்ட லாயம், நீச்சல் குளங்கள் என இங்குள்ள வசதிகளைச் சொல்லிக் கொண்டே போகலாம். இவ்வரண்மனையில் ரம்ஸான் பண்டிகைக்கு முந்திய மூன்று நாள்கள் மட்டும் பார்வையாளர்கள் அனுமதிக்கப்படுகின்றனர். இவர்களுக்கு உணவும், சிறுவர் சிறுமியர்களுக்குக் கூடுதலாக பச்சைப் பொட்டலங்களில் பணமும் வழங்கப்படுகிறது.

சொகுசு வாழ்க்கை :

தென் கிழக்கு ஆசியாவிலேயே சொகுசான வாழ்க்கை வாழ்பவர்கள் புருனேவாசிகள் என்று கூறலாம். நாட்டில் இரண்டு பேருக்கு ஒரு கார் என்ற விகிதத்தில் எல்லாக் குடும்பங்களிலும் கார்கள் உள்ளன. எல்லோருக்கும் கல்வி மற்றும் சுகாதார வசதிகள் இலவசம். வெளிநாட்டு மருத்துவ வசதி தேவைப்படும் நோயாளிகளின் செலவை அரசே ஏற்றுக் கொள்கிறது. உணவு, எரிபொருள் மற்றும் வீட்டு வசதிக்கு மானியம் வழங்கப்படுகிறது. முஸ்லிம்கள் புனித யாத்திரைக்காக மெக்கா சென்றுவர அரசே தன் சொந்தச் செலவில் அவர்களை அனுப்பி வைக்கிறது. பெண்களின் நலனில் அக்கறை கொண்ட அரசு அவர்கள் மீது எந்தவித பாகுபாடும் காட்டுவதில்லை. பாதிக்கும் மேற்பட்ட பணியிடங்களில் வேலை செய்யும் அவர்கள் கால் பங்குக்கும் அதிகமான உயர் பதவிகளையும் அலங்கரிக்கின்றனர்.

கடும் தண்டனைகள் :

நாட்டில் குற்றங்களைக் குறைப்பதற்காக சுல்தான் போல்கையா குற்றவாளிகளுக்கு அவர்களின் குற்றங்களுக்கு ஏற்றவாறு சவுக்கடி, கைகால்களை வெட்டுதல், கல்லால் அடித்துக் கொல்லுதல் போன்ற மிகவும் கடுமையான தண்டனைகளை அறிவித்துள்ளார். தெற்காசியப் பிராந்தியத்திலேயே முதன்முதலாக இங்கு அறிமுகப்படுத்தப்பட்ட இச்சட்டங்கள் ஐக்கிய நாடுகள் சபையின் மனித உரிமைகள் குழுவால் கண்டனம் செய்யப்பட்டது. ஆனால் புருனேவின் பெரும்பான்மையான மக்கள் தங்கள் நாட்டு மன்னரின் நடவடிக்கையை ஆதரிக்கின்றனர்.

இந்தியா - புருனே உறவு :

முன்பு புருனேவை ஆண்ட ஸ்ரீ விஜயா மற்றும் மஜபஹித் வம்சங்கள் இந்தியாவுடன் கலாச்சார ரீதியாக தொடர்பு கொண்டிருந்தன. இன்னும் அதே உறவு இந்தியா

மற்றும் புருனே நாடுகளுக்கிடையே தொடர்கிறது. புருனேவில் எண்ணெய் வளம் கண்டுபிடிக்கப்பட்டதும் வேலை நிமித்தமாக பல இந்தியர்கள் இங்கு வரத் தொடங்கினர். அவர்கள் இன்று இங்கு 10,000 பேர் இருக்கின்றனர். இங்குள்ள மருத்துவமனைகளில் வேலை பார்க்கும் பெரும்பான்மையோர் இந்தியர்களே. நாட்டின் ஜவுளித் துறையில் ஆதிக்கம் செலுத்துபவர்களும் இந்தியர்கள்தான். பொறியாளர்கள், ஆசிரியர்கள், தகவல் தொழில்நுட்ப வல்லுநர்கள் மட்டுமின்றி பல தொழிலாளர்களும் இங்கு வேலை செய்கின்றனர்.

புருனே மன்னருடன் இந்திய துணை ஜனாதிபதி அமீது அன்சாரி

சுல்தான் போல்கையா 1992, 2008 மற்றும் 2012ம் ஆண்டுகளில் இந்தியாவுக்கு வருகை தந்தார். இந்தியா விலிருந்தும் பல அமைச்சர்கள் அவ்வப்போது இங்கு வந்துள்ளனர். கடைசியாக இந்நாட்டுக்கு வருகை தந்தவர்களில் முக்கியமானவர் நம் நாட்டின் முன்னாள் துணை ஜனாதிபதி ஹமீது அன்சாரி. புருனேவிலிருந்து இந்தியாவுக்கு ஏற்றுமதி அதிகமாகவும் (2011 நிலவரப்படி 1266 மில்லியன் அமெரிக்க டாலர்) இறக்குமதி குறைவாகவும் (அதே வருட நிலவரப்படி 37 மில்லியன் அமெரிக்க டாலர்) உள்ளது.

இங்கு தாராளமாகக் கிடைக்கும் பெட்ரோலை வெளியே அனுப்புவதும், குறைந்த மக்கள் தொகையுடைய இங்கு பொருட்களின் தேவை குறைவு என்பதும், மனித வள உதவி மட்டுமே இப்போது அவசியம் என்பதும் இதற்குக் காரணம்.

குடியுரிமை :

பிற நாட்டினர் இங்கேயே பிறந்து வளர்ந்தாலும் எல்லோராலும் குடியுரிமை பெறமுடியாது. வேண்டுமானால் அவர்கள் நிரந்தரமாகத் தங்கும் உரிமையைப் பெறலாம். அவர்கள் 99 வருடங்களுக்கு சொத்துக்களைக் கூட சொந்தமாக வைத்துக் கொள்ளலாம். நாட்டின் பொருளாதார வளர்ச்சிக்கு உதவுதல், பெண்களாக இருப்பின் புருனே குடிமகனை மணமுடித்து 2 ஆண்டுகள் நிறைவு செய்தல் அல்லது புருனேவில் நிரந்தரமாகத் தங்கி இருப்பவரை மணமுடித்து 5 ஆண்டுகள் நிறைவு செய்தல் போன்றவை மூலம் நாட்டின் குடியுரிமைப் பெறலாம். மேலும் அவர்கள் மலாய் கலாச்சாரம் மற்றும் மொழியுடன் தேசிய இஸ்லாமிய முடியாட்சி தத்துவத் தேர்வுகளில் தேறி இருக்க வேண்டும். ஆனால் இத்தேர்வுகள் இப்போது கணக்கில் எடுத்துக் கொள்ளப்படுவதில்லை.

☆☆☆

6

இந்தோனேஷியா

லட்சம் பேரைக் காவு வாங்கிய சுனாமி :

2004ம் ஆண்டு ஏற்பட்ட சுனாமி என்ற ஆழிப்பேரலை என்றால் உடனே நினைவுக்கு வரும் நாடு இந்தோனேஷியா. அப்போது ஏற்பட்ட சுனாமியால் இந்தியா போன்ற பல நாடுகளும் அதன் தாக்கத்தை உணர்ந்தன. எனினும் அதனால்

இந்தோனேஷியா வரைபடம்

மிகவும் பாதிப்புக்குள்ளான நாடு இந்தோனேஷியா. அந்த ஆழிப்பேரலைகள் இங்கு ஒரு லட்சத்துக்கும் அதிகமான பேரைக் காவு கொண்டன. இன்றும் கூட சுனாமி, நிலநடுக்கம், எரிமலை முதலியவற்றால் அவ்வப்போது மிரட்டப்படும் நாடு இது. ஆனால் இந்நாடு உலகின் மிகப்பெரிய தீவுக்கூட்ட நாடு, மக்கள் தொகையில் உலகிலேயே நான்காவது பெரிய நாடு, கூடுதலான முஸ்லிம்களைக் கொண்ட உலகின் முதல் நாடு என்பன போன்ற பெருமைகளை உடையது.

இந்தியாவின் பெயரில் நாடு :

தென் பசிபிக் பெருங்கடலில் காணப்படும் தீவுகளை மேலை நாட்டினர் பல தீவுகள் என்ற அர்த்தத்தில் 'பாலினீஷியா' என்றனர். இந்தோனேஷியா பாலினீஷியாவைக் காட்டிலும் கூடுதல் தீவுகள் கொண்டது. எனினும் இந்தியாவுக்குச் சற்று பக்கத்தில் இருந்த இத்தீவுக் கூட்ட பகுதியை இந்தியத் தீவுகள் என்ற பொருளில் இந்தோனேஷியா என்றழைத்தனர். கிரேக்க மொழியில் 'இந்தோய்' என்பது இந்தியா என்றும், 'நெசோஸ்' என்பது தீவு என்றும் பொருள். இதுதான் நாட்டின் பெயர் வந்த விதம்.

வேறு பெயர்கள் :

பொதுவாகவே இந்தோனேஷியா வாசனைத் திரவியங்களுக்குப் பெயர் போனது. நாட்டின் ஒரு பகுதியான மொலக்கஸ் தீவுகளில் அதிகமான வாசனைத் திரவியங்கள் காணப்பட்டதால் இவற்றை 'வாசனைத் திரவியங்களின் தீவுகள்' (Spice Islands) என்று மேலை நாட்டினர் அழைத்தனர். நாடு டச்சுக்காரர்கள் வசம் இருந்தபோது அவர்கள் இதை 'நெதர்லாந்து இன்டீஸ்' என்றும் 'டச்சு கிழக்கு இன்டீஸ்' என்றும் அழைத்தனர். அவர்கள் நாட்டை விட்டுப் போன உடன் நாடு 'இந்தோனேஷிய ஐக்கிய நாடுகள் குடியரசு' என்றழைக்கப்பட்டது. பின் ஒரு வருடத்திற்குள்ளேயே இப்போதிருப்பது போல் 'இந்தோனேஷியக் குடியரசு' என்று தன் பெயரை வைத்துக் கொண்டது.

மதிப்புமிக்க வெற்றி :

நாட்டின் தலைநகர் ஜாகர்தா. இதன் பழைய பெயர் சுன்ட கெலபா. 'சுண்டாவின் தேங்காய்' என்ற பொருளுடையது பழைய பெயர். ஜாவாவின் கடைசி இந்து ராஜ்யம் கி.பி. 16ம் நூற்றாண்டின் தொடக்கத்தில் தெமக்கின் சுல்தானிடம் வீழ்ந்தபோது சுல்தான் 'மதிப்புமிக்க வெற்றி' என்ற அர்த்தமுடைய 'ஜெய் கர்த்தா' என்று அதன் பெயரை மாற்றினார். நாளடைவில் அது இன்றைய ஜாகர்தா என்றாயிற்று.

உடலும் உள்ளமும் :

இந்தோனேஷியா கொடி

இந்தோனேஷியாவின் கொடி எளிமையானது. ஆனால் பொருள் பொதிந்தது. சிவப்பு மற்றும் வெள்ளை வண்ணங்களாலானது கொடி. ரத்தத்தின் நிறம் சிவப்பு. இது மனித உடலைக் குறிக்கிறது. தூய்மை மற்றும் அமைதியுடன் தொடர்புடையது வெள்ளை. இது மனிதனின் ஆன்மாவையும் குறிக்கிறது. மொத்தத்தில் உடலையும், உள்ளத்தையும் போற்றுகிறது கொடி.

உலகிலேயே கூடுதலான தீவுகள் :

உலகிலேயே மிகவும் அதிகமான தீவுகள் இந்தோனேஷியாவில்தான் காணப்படுகின்றன. இத்தீவுகளின் எண்ணிக்கை 17,508. இவற்றில் 6000 தீவுகளில் மட்டும் மக்கள் வாழ்கின்றனர். போர்னியோ மற்றும் சுமத்ரா உலகின் மூன்றாவது மற்றும் ஆறாவது பெரிய தீவுகளாகவும், ஜாவா உலகின் மிகவும் கூடுதலான மக்கள் தொகையுள்ள தீவாகவும் உள்ளன. இங்கு காலிமண்டன் என்றழைக்கப்படும் போர்னியோ

மலேஷியாவுடனும், பப்புஆ என்ற நியூ கினியா பப்புஆ நியூனினியாவுடனும், திமோர் கிழக்கு திமோருடனும் எல்கைகளைக் கொண்டுள்ளன. 1,904,569 சதுர கிலோ மீட்டர் பரப்பளவு உடைய இந்தோனேஷியா உலகின் 14வது பெரிய நாடு. இதன் நிலப்பரப்புகளுக்கிடையே உள்ள கடற் பகுதியையும் சேர்த்துக் கொண்டால் இது உலகின் ஏழாவது பெரிய நாடு என்று முன்னுக்கு வந்து விடும்.

அதிகமான கடல்கள் :

நாட்டில் மிகவும் அதிகமான தீவுகள் இருப்பதைப் போன்று உலகிலேயே கூடுதலான கடல்களையும் கொண்ட நாடு என்ற பெருமையை இது பெறுகிறது. இந்தியப் பெருங்கடல் மற்றும் பசிபிக் பெருங்கடலின் நடுவில் கிடக்கும் இந்தோனேஷியாவுக்குத் தென் சீனக் கடல், ஜாவா கடல், திமோர் கடல் என 14 கடல்கள் உள்ளன. இக்கடல்களைவிடச் சற்று குறைவான குடாக்களும், ஆனால் இவற்றைவிடக் கூடுதலான நீர்சந்திகளும் இங்குண்டு. மற்றொரு சிறப்புக்கும் உரியது இந்நாடு. உலகிலேயே இரண்டாவது பெரிய நாடான கனடா நீண்ட கடலோரத்தை (Coastline) உடைய உலகின் முதல் நாடு. ஆனால் பரப்பில் உலகின் 14வது பெரிய நாடான இந்தோனேஷியா நீண்ட கடலோரத்தைக் கொண்ட உலகின் இரண்டாவது நாடு. எனவே உலகிலேயே அதிக சதவீத கடலோரம் கொண்ட முதல் நாடு என்ற பெருமை இதற்குண்டு.

ஆறுகள் மற்றும் ஏரிகள் :

ஆறுகளுக்கும், ஏரிகளுக்கும் இங்குக் குறைவில்லை. 1,143 கிலோ மீட்டர் பாயும் கபுஅஸ் நாட்டிலேயே மிகவும் நீளமான நதி. மஹாகம், பாரிட்டோ, மூசி போன்ற பல ஓரளவு பெரிய ஆறுகளும், ஏராளமான சிறிய ஆறுகளும் நாட்டின் எல்லாப் பக்கங்களிலும் ஓடுகின்றன. 1,145 சதுர கிலோ மீட்டர் பரப்பளவும், 500 மீட்டர் ஆழமும் உடைய தோபா ஏரிதான் தென் கிழக்கு ஆசியாவிலேயே மிகவும் பெரியது. சுமத்ராவில்

உள்ள இதன் நடுவில் ஒரு தீவையும், இத்தீவில் இன்னொரு ஏரியையும் பார்க்கலாம். 590 மீட்டர் ஆழம் கொண்ட சுலவேசியின் மதானோ உலகின் ஆழமான ஏரிகளுள் ஒன்று.

எரிமலைகள் :

இங்குள்ள மலைகளில் பல எரிமலைகளாகும். நாடு பார்ப்பதற்கு அழகாக இருந்தாலும் இது ‘பசிபிக் தீ

எரியும் மெரப்பி மலை

வளைய’த்தின் (Pacific Ring of Fire) மேல் அமைந்துள்ளது. நாட்டின் நிலப்பரப்புக்குக் கீழே உள்ள அடுக்குகள் உறுதியாக இல்லாமல் அவை ஒன்றையொன்று தள்ளுவதும், உருகுவதுமாக உள்ளன. எனவே இங்கு நில நடுக்கம், எரிமலை வெடிப்பு முதலியவை ஏற்படுகின்றன. இந்த எரிமலைகள் மக்களைப் பயமுறுத்தினாலும் இவற்றிலிருந்து வெளிப்படும் சாம்பல் விவசாயத்துக்கு ஏற்றதாக இருக்கிறது.

சீரான காலநிலையும், விசித்திர உயிரினங்களும் :

பூமத்திய ரேகையின் இரு பக்கமும் அமைந்துள்ள இந்தோனேஷியாவின் காலநிலை மிகவும் வெப்பமாகவோ அல்லது குளிராகவோ இல்லாமல் வருடம் முழுவதும் ஒரே

ரிப்பன் வால் பறவை

சீராக உள்ளது. மழையும் அதிகமாகப் பொழிந்து நாட்டைச் செழிக்கச் செய்கிறது. பவளப் பாறைகள், சதுப்பு நிலக் காடுகள், பிற அடர்ந்த காடுகள் போன்றவை காணப்படும் இங்கு ஆசியா, ஆஸ்திரேலியா ஆகிய இரு கண்டங்களின் கலவையாக பல அரிய வகை பறவைகள், விலங்குகள் மற்றும் இன்ன பிற உயிரினங்களைக் காணலாம். ஒரங்குட்டான் குரங்கு, ஜாவா புலி, சிறிய துதிக்கையுடன் கூடிய பன்றி போன்ற 'டாபிர்' மிருகம், 10 அடி நீள கொமோடோ பல்லி, ரிப்பன்வால் பறவை முதலியவை இந்த அரிதான உயிரினங்கள்.

அழிவின் விளிம்பில் :

உலகிலேயே பிரேஸிலுக்கு அடுத்தபடியாக அதிகமான உயிரினங்களைக் கொண்ட நாடு இது. இப்பேர்ப்பட்ட நாட்டில் பல மிருங்களும், தாவரங்களும் அழிவின் விளிம்பில் உள்ளன என்பதுதான் கவலைப்படக்கூடிய விஷயம். சமீபத்தில் சர்வதேச இயற்கை பாதுகாப்பு சங்கம் (IUCN) என்ற அமைப்பு ஒரு பகீர் செய்தியை வெளியிட்டது. உலகிலுள்ள 5,500க்கும் மேற்பட்ட பாலூட்டி இனங்களில் கால் பங்கு அழிந்து விடும் நிலையில் உள்ளன. இந்த ஆபத்தான இனங்களை உடைய உலக நாடுகளின் பட்டியலில் முதல் இடத்தைப் பிடிப்பது இந்தோனேஷியா. இதுதான் அந்தச் செய்தி.

ஓரங்கட்டப்பட்ட மண்ணின் மைந்தர்கள் :

மத்திய ஜாவாவின் சங்கிரான் என்ற இடம் ஓர் உலகப் பாரம்பரிய மையம். இங்கு கண்டெடுக்கப்பட்ட கல்லாகி மாறிப்போன மண்டையோடுகள் 1.7 மில்லியன் வருடங்களுக்கு முன்பு வாழ்ந்த குரங்கு போன்ற ஆதி மனிதனின் (Homo Erectus) மண்டையோடுகள். இவற்றுடன் கல்லால் ஆன ஆயுதங்களும் கிடைத்துள்ளன. மேலும் நாட்டின் மேற்கில் இப்போது நாம் காணும் பல தீவுகள் நிலத்தால் ஆன பாலங்களால் இணைக்கப்பட்டிருந்தன. 6000 ஆண்டுகளுக்கு முன்பு கடலின் நீர்மட்டம் உயர்ந்ததால் அந்தப் பாலங்கள் காணாமல் போயின. பயிரிடுவதற்கான மண், கால நிலை, வணிகம் செய்வதற்கான கடல்வழி போன்ற இங்கு காணப்பட்ட வசதிகள் பல நாட்டினரையும் கவர்ந்தன. கி.மு. 2500 க்கும் கி.மு. 1500 க்கும் இடைப்பட்ட காலத்தில் தைவானை மையமாகக் கொண்ட ஆஸ்ட்ரனேசியன் என்ற இனம் இங்கிருந்த மண்ணின் மைந்தர்களை ஓரங்கட்டிவிட்டு ஆதிக்கம் செலுத்தத் தொடங்கியது.

பண்டைய வரலாறு :

கி.மு. 1ம் நூற்றாண்டில் இந்தோனேஷியா ஆப்பிரிக்கா வின் கிழக்குக் கரையோர நாடுகளுடன் வணிகம் செய்ததாக

ரோமானிய வரலாற்றாசிரியர் பிளினி கூறுகிறார். கி.பி. 5 மற்றும் 6ம் நூற்றாண்டுகளில் இந்தியாவும், சீனாவும் இந்நாட்டுடன் வியாபாரம் நிமித்தம் தொடர்பு கொண்டிருந் தன. இதனால் இந்து மதமும், புத்த மதமும் இங்கு பரவின. அப்போது நாட்டை 'ராஜா' என்ற பல குறுநில மன்னர்கள் ஆட்சி செய்தனர். கி.பி. 8ம் நூற்றாண்டு காலக்கட்டத்தில் மத்திய ஜாவாவில் ஷைலேந்திரா என்ற ஒரு புத்த வம்சம் ஆண்டது. கி.பி. 8ம் நூற்றாண்டு முதல் 12ம் நூற்றாண்டு வரை கிழக்கு சுமத்ராவில் ஸ்ரீ விஜயா என்ற புத்த வம்சமும், அதன் பின் இரண்டு மூன்று நூற்றாண்டுகள் கிழக்கு ஜாவாவை மையமாகக் கொண்ட மஜபஹித் எனப்படும் இந்து வம்சமும் ஆட்சி செய்தன.

முஸ்லிம்கள் :

கி.பி. 7ம் நூற்றாண்டில் இஸ்லாம் அரேபியத் தீபகற்பத்தில் பரவத் தொடங்கியபோதே முஸ்லிம் வணிகர்கள் இந்தோனேஷியாவுக்கு வந்தாலும் கி.பி. 13ம் நூற்றாண்டு முதல்தான் இங்கு வேகமாகப் பரவியது. முதலில் கி.பி. 14ம் நூற்றாண்டில் ஜாவா மற்றும் சுமத்ராவின் கடற்கரைப் பகுதிகள் முஸ்லிம்கள் வசம் வந்தன. அடுத்த நூற்றாண்டில் ஏனைய தீவுகளின் கடற்கரைப் பகுதிகளும் முஸ்லிம்களின் கைகளுக்கு வந்தன. கி.பி. 16ம் நூற்றாண்டில் ஆங்காங்கே சில அரசுகள் இருந்தாலும் ஜாவா, சுமத்ரா போன்ற பெரும்பான்மையான பகுதிகள் முஸ்லிம்களால் ஆளப்பட்டன.

வாசனைத் திரவியங்களுக்காக வந்த வெளிநாட்டினர்:

பாண்டா தீவுகளில் கிடைக்கும் வால்மிளகு, லவங்கம் போன்று இந்தோனேஷியாவில் பரவலாகக் கிடைக்கும் வாசனைத் திரவியங்கள் ஐரோப்பியர்களை இங்கு வரவழைத்தன. குறிப்பாக டச்சுக்காரர்கள் தங்கள் கவனத்தை இந்தியாவிலிருந்து மாற்றி இங்கு வருவதற்காக 1602ல் டச்சு கிழக்கு இந்திய கம்பெனியை ஆரம்பித்து பின் நாட்டை தங்கள் கட்டுப்பாட்டுக்குள் கொண்டு வந்தனர். இரண்டாம் உலகப் போரில் ஜப்பான் இந்தோனேஷியாவைக் கைப்பற்றியது. இதனால் நாட்டில் குழப்பம் ஏற்பட்டதோடு லட்சக்கணக் கானோரும் மாண்டனர். 1945ல் போரில் ஜப்பான் சரணடைந்தவுடன் சுகர்ணோ இந்தோனேஷியாவைச் சுதந்திர நாடு என்று பிரகடனப்படுத்திக் கொண்டு தன்னை அதிபராக அறிவித்தார். ஆனால் நான்கு வருடப் போராட்டத்திற்குப் பிறகே டச்சுக்காரர்களிடமிருந்து ஆட்சி முறைப்படியாக இந்தோனேஷியர்களுக்குக் கைமாறியது.

பலம் வாய்ந்த அதிபர்களுக்குப் பின் அதிபரான சாமானியர்:

அதிபர் சுகர்ணோ

1965ம் ஆண்டு அதிபர் சுகர்ணோவுக்கு எதிரான சதிப்புரட்சி முறியடிக்கப்பட்டு கம்யூனிஸ்டுகளுக்கு எதிரான நடவடிக்கை தொடர்ந்தது. அதிபரின் செல்வாக்குக் குறைவாக இருப்பதைப் பயன்படுத்திக் கொண்டு சுகர்ணோவின்கீழ் ராணுவத் தளபதியாக இருந்த சுகர்தோ ஆட்சிக்கு வந்தார். இவரின் ஆட்சிக் காலத்தில் வெளிநாட்டு முதலீடு அதிகரித்த தோடு பொருளாதார வளர்ச்சியும் காணப்பட்டது. பின்னர் ஏற்பட்ட ஊழல், பொருளாதார நெருக்கடி

முதலியவை காரணமாக சுகர்தோவும் பதவியிலிருந்து விலகினார். 2004ம் வருடம் முதல் இங்கு அதிபர் நேரடியாகத் தேர்ந்தெடுக்கப்படுகிறார். ஏற்கனவே தேர்ந்தெடுக்கப்பட்ட அரசியல் பின்னணியைக் கொண்ட அதிபர்களைப் போல் இல்லாமல் இப்போது அதிபராக இருக்கும் ஜோகோ விடோடோ சாதாரண குடும்பத்தில் பிறந்து மரச்சாமான் கடை தொடங்கி படிப்படியாக முன்னுக்கு வந்தவர்.

வளங்களுக்குக் குறைவில்லை :

நாட்டின் பொருளாதாரம் தொழில் மற்றும் சேவைத் துறைகளைப் பெரிதும் சார்ந்திருந்தாலும் 40 விழுக்காட்டுக்கும் கூடுதலான மக்கள் வேளாண்மையில் ஈடுபட்டுள்ளனர். இங்கு வளராத பயிர்களே இல்லை என்று சொல்லும் அளவுக்கு பலவிதமான பயிர்கள் சாகுபடி செய்யப் படுகின்றன. உலகின் தேங்காய் மற்றும் எண்ணெய் வித்துக்கள் உற்பத்தியில் முதலாவதாகவும், கொட்டைகள் (Nuts) உற்பத்தியில் இரண்டாவதாகவும், அரிசி உற்பத்தியில் மூன்றாவதாகவும் உள்ளது. ரப்பர், பனை எண்ணெய் (Palm oil), தேயிலை மற்றும் காப்பி உற்பத்தி, மீன் பிடித்தல், ஒட்டுப்பலகை (Plywood) தயாரித்தல் முதலியவற்றில் உலகின் முன்னணி நாடுகளில் ஒன்றாகத் திகழ்கிறது. வாசனைத் திரவியங்களும் இங்கு தாராளமாகக் கிடைக்கின்றன.

பெட்ரோல், இயற்கை வாயு, தங்கம், தகரம், நிலக்கரி, கந்தகம், செம்பு, பாஸ்பேட் என்பன போன்ற கனிமங்கள் இங்கு மிகுதியாக உள்ளன. முதலில் பெட்ரோல் ஏற்றுமதி செய்யும் நாடுகளின் அமைப்பில் இந்தோனேஷியா உறுப்பினராக இருந்தது. இப்போது இங்கு உற்பத்தி செய்யப்படும் பெட்ரோல் நாட்டின் தேவைக்கே சரியாக இருப்பதால் பிற நாடுகளுக்கு ஏற்றுமதி செய்யப்படுவதில்லை. நாட்டில் ஏராளமான இயற்கை வளங்கள் இருந்தும் 10 சதவீத மக்கள் வறுமைக் கோட்டுக்குக் கீழ் வாழ்ந்து வருகிறார்கள் என்பதுதான் வியப்பு.

வேற்றுமையில் ஒற்றுமை :

நாடு மொத்தம் 34 பகுதிகளாகப் பிரிக்கப்பட்டுள்ளது. இவற்றில் அசிஹ், யோக்யகர்த்தா, பபுஆ, மேற்கு பபுஆ, தலைநகர் ஜாகர்தா ஆகிய ஐந்தும் சுயாட்சிப் பெற்றவை. 'வேற்றுமையில் ஒற்றுமை' என்பதே நாட்டின் தாரக மந்திரம். இங்கு 300க்கும் மேற்பட்ட இனங்களும், 700க்கும் கூடுதலான மொழிகளும் உள்ளன. எனினும் நாட்டின் அடைமொழிக் கேற்ப மக்கள் ஒற்றுமையுடன்தான் வாழ்ந்து வருகின்றனர்.

இனம் மற்றும் மொழி :

ஜாவா இனமே இந்தோனேஷியாவின் பெரிய இனம். சுண்டன் அடுத்த பெரிய இனம். மற்றவை சிறிய இனங்கள். சிலர் நாட்டிலுள்ள எல்லா இனங்களையும் மூன்று பிரிவாகப் பிரிப்பர். ஜாவா மற்றும் அருகாமையிலுள்ள தீவுகளில் நெல் போன்றவை வேளாண்மை செய்யும் முஸ்லிம்கள், சுமத்ராவிலுள்ள மலாய் உள்ளிட்ட கடற்கரை வாழ் முஸ்லிம்கள் மற்றும் டையக் முதலான பிற இனத்தினர். மலாய் சாயலில் உள்ள பஹாஸா இந்தோனேஷியன் அலுவலக மொழி. இதில் நாட்டின் பல பிரதேச மொழிகள் மட்டுமல்லாமல் சமஸ்கிருதம், ஆங்கிலம், அரபி முதலிய மொழிகளின் சொற்களும் கலந்துள்ளன. ஆனால் ஜாவா மொழிதான் பாதிக்கும் அதிகமான மக்களால் பேசப்படுகிறது.

இந்து மதத்தைத் தக்க வைத்த பாலி :

இந்தோனேஷியாவின் மக்கள் தொகை 26 கோடி. இதில் 12 விழுக்காட்டினர் முஸ்லிம் அல்லாதோர். இவர்களில் கிறிஸ்துவர் 9 சதவீதமும், இந்துக்கள் 2 சதவீதத்துக்கும் சற்றுக் குறைவாகவும், புத்த மதத்தினர் போன்றோர் மீதமாகவும் உள்ளனர். பாலித் தீவில் இந்துக்கள் பெரும்பான்மையாக

பரம்பரா இந்துக் கோயில்

இருக்கின்றனர். பிற தீவுகளில் இஸ்லாம் பரவிய போது பாலி மட்டும் தனது இந்து சமயத்தையும், கலாச்சாரத்தையும் தக்க வைத்துக் கொண்டது. இந்தச் சிறிய தீவு ஆயிரத்துக்கும் மேற்பட்ட கற்கோவில்களைக் கொண்டது. மத்திய ஜாவாவிலுள்ள போரோபுதூர் புத்த நினைவுச் சின்னம் மற்றும் இதற்கு அருகிலுள்ள இந்து ப்ரம்பனன் கோவில்கள் மிகவும் சிறப்புடையவை. இவை இரண்டும் யுனெஸ்கோவால் அறிவிக்கப்பட்ட உலகப் பாரம்பரிய இடங்களும் ஆகும். 88 விழுக்காடாக இருக்கும் முஸ்லிம்களில் அனேகமாக எல்லோருமே ஷாபி பிரிவு சன்னிகள்.

இஸ்லாத்தை விதைத்த வியாபாரிகள் :

இந்தோனேஷியாவில் இஸ்லாத்தை முதலில் விதைத்தவர்கள் வியாபாரம் நிமித்தமாக இங்கு வந்த முஸ்லிம் வணிகர்கள். இவர்களில் ஏராளமானோர் சீனா மற்றும் இந்தியாவைச் சார்ந்தவர்கள். கி.பி. 887ல் சீனாவில் ஏற்பட்ட ஒரு விவசாயிகளின் கிளர்ச்சியால் பல முஸ்லிம் வணிகர்கள் அங்கிருந்து இடம் பெயர்ந்து இந்தோனேஷியா உட்பட பல கிழக்காசிய நாடுகளுக்கு வந்தனர். இவர்களின் நேர்மையைக் கண்டு இங்குள்ள ஏராளமானோர் இஸ்லாத்துக்கு மாறினர். புதிதாக மதம் மாறியவர்கள் இங்கிருந்த உள்ளூர் கலாச்சாரத்துடன் புதிய தௌஹீதையும் (ஓரிறைக் கொள்கை) பின்பற்றினர்.

இஸ்லாத்தின் வளர்ச்சி :

இஸ்லாமிய அறிஞர்களும் இஸ்லாம் வளரப் பாடுபட்டனர். 1110ம் ஆண்டுவாக்கில் அரேபியாவிலிருந்து வந்த ஷேக் அப்துல்லா ஆரிப் என்ற மார்க்க அறிஞர் சுமத்ராவில் இஸ்லாத்தைப் பரப்பினார். அவரின் சீடர் ஷேக் புர்ஹான் ஷாவும் தனது இறைப்பணியை வடக்கு சுமத்ராவில் தொடர்ந்தார். இந்தியாவின் குஜராத், வங்காளம், தக்காணம் முதலிய இடங்களிலிருந்து வந்த உலமாக்களும், ஷேக்குகளும் (மார்க்க அறிஞர்கள்) தங்கள் பணியைச் செய்தனர். 1400ம் ஆண்டுக் காலகட்டத்தில் சூபிகளும் தங்களை அர்ப்பணித்துக் கொண்டனர். அப்போது நாடு முஸ்லிம் உலகத்துடன் தொடர்பில் இருந்ததாலும், இஸ்லாம் வேகமாக வளர்ந்ததாலும் உள்ளூர் மன்னர்கள் பலரும் தாமாகவே இஸ்லாத்தில் இணைந்தனர். மேலும் ஸ்பெயினிலிருந்து முஸ்லிம்களை விரட்டியது, இந்தோனேஷியா போன்ற நாடுகளை அடக்கி ஆண்டது முதலிய ஐரோப்பியர்களின் செயல்களுக்கு இஸ்லாம் ஒரு கலங்கரை விளக்கமாக இருந்தது. எனவே 20ம் நூற்றாண்டுவாக்கில் நாட்டின் பெரும்பாலோர் இஸ்லாத்தை ஏற்றுக்கொண்டு விட்டனர்.

கூடார வடிவ மசூதிகள் :

நாட்டின் ஆரம்ப கால மசூதிகள் பல அடுக்குகளை உடைய கூடார வடிவிலான இந்து மற்றும் புத்த கோயில் களைப் போலக் காட்சியளிக்கின்றன. இவற்றில் சாதாரணமாக

பெரிய பள்ளிவாசல்

நாம் மசூதிகளில் காணும் நீண்ட மினாராக்களையோ அல்லது உருளை வடிவ அமைப்புக்களையோ பார்க்க முடியாது. இதற்குக் காரணம் இங்குள்ள கலாச்சாரத்தின் தாக்கம் ஆகும். கி.பி. 19ம் நூற்றாண்டு முதல் கட்டப்பட்ட மசூதிகளில் தான் இவற்றைக் காணலாம். தெபோக்கில் புதிதாகக் கட்டப்பட்ட இந்தோனேஷிய பல்கலைக் கழகத்தின் கம்பீரமான பள்ளிவாசல்கூட தட்டுகளுடன் கூடிய கூடார வடிவத் திலேயே தோற்றமளிக்கிறது.

சமஸ்கிருதப் பெயர்களும், இந்துக் கடவுள் உருவங்களும்:

இங்குள்ள பெயர்கள்கூட வித்தியாசமாகத்தான் இருக்கின்றன. நாட்டு விமான சேவையின் பெயர் கருடா.

ருபையா கரன்ஸி நோட்டில் கணபதியின் உருவம்

முன்னாள் அதிபர்களின் பெயர்கள் கீழ்வருமாறு. மேகாவதி சுகர்ண புத்ரி மற்றும் சுசீலோ உத்யோயோனா. இப்பெயர்கள் சமஸ்கிருதத்திலிருந்துதான் வந்துள்ளன என்று மட்டும் தெளிவாகத் தெரிகிறது. அதைப் போன்று பல இந்துக் கடவுள்களின் உருவங்களையும் ஆங்காங்கே காண முடிகிறது. கணபதியின் உருவம் 20,000 ருபையா கரன்ஸி நோட்டில் அச்சிடிக்கப்பட்டுள்ளது. இந்தக் கடவுளின் உருவம் அரசால் நடத்தப்படும் பாண்டங்கின் தொழில் நுட்பப் பல்கலைக் கழகத்தின் இலச்சினையிலும் (logo) இடம் பெறுகிறது. அரசால் நிர்வகிக்கப்படும் மலங்க் பல்கலைக் கழக இலச்சினையில் விஷ்ணுவின் பிரசன்னமான நான்கு கைகளையுடைய ராடன் விஜயாவின் உருவம் காணப்படுகிறது.

சமய சார்பற்ற நாடு :

முஸ்லிம்கள் மிகவும் அதிகமாக வாழும் அசிஹ் பிரதேசத்தில் மட்டும் அங்குள்ளவர்களின் விருப்பத்திற்கேற்ப ஷரீஅத் சட்டம் அமுலில் உள்ளது. ஆனால் நாட்டின் எந்தப்

பகுதியிலும் கட்டாயமாக மதமாற்றம் செய்யப்பட்டதாகத் தகவல்கள் இல்லை. உலகிலேயே அதிக முஸ்லிம்கள் வாழும் இங்கு ஒரு சாரார் நாட்டை இஸ்லாமிய நாடாக்க வேண்டும் என்று விரும்பினாலும் இன்றுவரை இந்தோனேஷியா ஒரு சமய சார்பற்ற நாடாகவே விளங்கி வருகிறது."

இந்தியாவுடன் நீண்ட தொடர்பு :

இந்தியா, இந்தோனேஷியா ஆகிய இரண்டுமே ஒரே பெயரைக் கொண்டவை. என்னே ஒற்றுமை! இந்தியா ஒரு தீபகற்ப நாடு. இந்தோனேஷியா ஒரு தீவுக்கூட்ட நாடு. தீவோடு தொடர்புடைய இவ்விரு நாடுகளும் ராமாயண காலம் மற்றும் மத்திய காலம் முதற்கொண்டு நவீன இக்காலம் வரை நெருங்கிய தொடர்புடையவை. சீதையைத் தேடி ராமனின் நம்பிக்குரிய சுக்கிரீவனின் படைகளை இந்தோனேஷியாவின் ஜாவா தீவுக்கு அனுப்பி வைத்ததை ராமாயணம் கூறுகிறது.

ஜவஹர்லால் நேரு, கானாவின் என் குருமா, எகிப்தின் நாஸர், இந்தோனேஷியாவின் சுகர்னோ, யுகோஸ்லேவியாவின் டிட்டோ ஆகியோர்

கடாரம் வென்ற சோழன் என்ற ராஜேந்திர சோழன் இந்தோனேஷியாவின் சில பகுதிகளை வென்றது வரலாற்று

நிகழ்வு. 20ம் நூற்றாண்டின் நடுப்பகுதியில் அணிசேரா நாடுகளின் அமைப்பைத் தோற்றுவிக்கக் காரணமாக இருந்தவர்கள் இந்தியாவின் நேரு, இந்தோனேஷியாவின் சுகர்ணோ, எகிப்தின் நாஸர், யூகோஸ்லேவியாவின் டிட்டோ போன்றோர்.

இந்தியாவின் அந்தமான் நிகோபர் தீவுகள் அமைந்துள்ள அந்தமான் கடலில் இந்தியாவும், இந்தோனேஷியாவும் கடல் எல்லையைப் பகிர்ந்து கொள்கின்றன. இரு நாடுகளும் உலகின் பெரிய ஜனநாயக சக்திகளும்கூட. நம் நாட்டின் தலைநகர் டில்லியில் முதல் குடியரசு நாள் நிகழ்ச்சியின் சிறப்பு விருந்தினராக கலந்து கொண்டவர் என்ற பெருமையைப் பெறுபவர் இந்நாட்டின் முதல் அதிபர் சுகர்ணோ. அதே தொடர்பு இன்றும் தொடரத்தான் செய்கிறது. இன்று அதிபராக இருக்கும் ஜோகோ விடோடோ 2016ம் ஆண்டு இறுதியில் இந்தியா வந்தார். கடைசியாக இந்தியாவிலிருந்து இந்தோனேஷியாவுக்குச் சென்ற தலைவர் முன்னாள் துணை ஜனாதிபதி ஹமீது அன்சாரி. அவர் 2015 நவம்பரில் இங்கு வருகை தந்தார்.

பிரிந்ததும், சேர்ந்ததும் :

பப்புஆ நியூ கினியாவுடன் சேர்ந்திருந்த பப்புஆ பிரிந்து 1963ல் இந்தோனேஷியாவுடன் சேர்ந்து கொண்டது. 1975 முதல் இந்தோனேஷியாவின் திமோருடன் சேர்ந்திருந்த கிழக்கு திமோர் 2002ல் தனி நாடாகியது. அதே வேளையில் 30 வருடங்களாக தனி நாடு வேண்டும் என்ற கோரிக்கையை முன்வைத்த அசிஹ் இப்போது தனது தனிநாடு கோரிக்கையைக் கைவிட்டுள்ளது.

2030ல் நான்காவது வல்லரசு இந்தோனேஷியா :

அதிக மக்கள் தொகை, ஊழல், இயற்கையின் சீற்றம் முதலியவை நாடு எதிர்கொள்ளும் பிரச்சினைகள் என்றாலும் இது எல்லா நாடுகளுடன் உலக அளவிலும், குறிப்பாக கிழக்கு

ஆசியப்பகுதியிலும் இணக்கமாக இருக்கிறது. "ஆயிரம் நண்பர்கள் உண்டு, ஆனால் எதிரிகள் யாரும் இல்லை" என்பது நாட்டின் இன்றைய முழக்கம். இது இந்தியாவை விட தனி நபர் வருமானத்தில் கூடுதலாகவும், சீனாவைவிடக் குறைவாகவும் உள்ளது. சீனாவில் ஜனநாயக அமைப்பு இல்லை. அதே வேளை இந்தோனேஷியா இந்தியாவைப் போன்று ஒரு ஜனநாயக நாடு. இங்கு வளங்களும் மிகுதி. எனவே சீனா, இந்தியா ஆகியவை போன்று அரசியல் மற்றும் பொருளாதார சக்தியாக உருவெடுக்கும் என்ற நம்பிக்கையில் இருக்கிறது இந்தோனேஷியா. சொல்லி வைத்தாற் போன்று ஒரு பிரிட்டிஷ் ஆய்வு நிறுவன கணிப்பின்படி 2030ம் ஆண்டில் சீனா, இந்தியா மற்றும் அமெரிக்காவுக்கு அடுத்து இந்தோனேஷியா நான்காவது வல்லரசு நாடாம்.

☆☆☆

7

ஈராக்

நாகரீகத்தின் தொட்டில் :

குவைத் மீது படையெடுத்த சதாம் ஹூசைன், தீவிரவாத அமைப்பான ஐ.எஸ். என்ற இஸ்லாமிக் ஸ்டேட் போன்ற

ஈராக் வரைபடம்

அண்மைக்கால செய்திகளுடன் தொடர்புடைய நாடு ஈராக். இந்த ஈராக்தான் ஒரு காலத்தில் 'நாகரீகத்தின் தொட்டில்' ஆக விளங்கியது. பழங்கால ஏழு அதிசயங்களில் ஒன்றான தொங்கு தோட்டம், பைபிளில் கூறப்படும் பாபல் கோபுரத்தின் எஞ்சிய பகுதிகள் ஆகியவற்றைக் கொண்ட பாபிலோன், புகழ்பெற்ற இரட்டை நதிகளான யூஃப்ரடீஸ் மற்றும் டைக்ரிஸ் முதலியவை இங்குதான் காணப்படுகின்றன.

ஆறுகளோடு தொடர்புடைய நாட்டின் பெயர் :

ஈராக்கின் முந்தைய பெயர் மெசபொட்டோமியா. மெசபொட்டோமியா என்பது கிரேக்க மொழியில் ஆறுகளுக்கு நடுவிலுள்ள இடம் என்று அர்த்தம். (மெசோஸ் = நடுவில்; போடமாஸ் = ஆறு). இங்கு பாயும் யூஃப்ரடீஸ், டைக்ரிஸ் ஆகியவைதான் இந்த ஆறுகள். பின்னர் நாட்டின் பெயர் ஈராக் என்று மாறியது. ஈராக் என்ற சொல் அரபியில் கரை, விளிம்பு, ஓரம் போன்ற பொருள்களைத் தருகிறது. இவை ஆற்றுடன் தொடர்புடையனவாக உள்ளன என்றும் எடுத்துக் கொள்ளலாம்.

ஈராக் என்ற வார்த்தை பண்டைய சுமேரிய நகரான 'உருக்' என்பதிலிருந்து வந்திருக்கலாம் என்றும் சொல்வதுண்டு. உருக் என்றால் சுமேரிய மொழியில் நகர் ஆகும். கி.பி. 7 முதல் கி.பி. 12 முடியவுள்ள இந்த நூற்றாண்டுகளில் நாடு 'சவத்' என்றும் அரேபியர்களால் அழைக்கப்பட்டது. 'கருப்பு நிலம்' என்ற பொருள் கொண்ட சவத் என்ற பெயரும் வளத்தை வழங்கும் நதிகளுடனேயே தொடர்புடையதாக இருக்கிறது. காரணம் வறண்ட அரேபியாவைப் போல் இல்லாமல் அன்றைய சவத் என்ற ஈராக்கின் பெரும்பகுதி செழிப்பாகவே இருந்தது.

நாட்டின் கொடி :

ஈராக்கின் கொடி அரேபியர்களுக்குப் பிடித்த சிவப்பு, வெள்ளை, கருப்பு ஆகிய மூன்று நிறங்களைக் கொண்டது.

ஈராக் கொடி

கருப்பு இஸ்லாத்துக்கு எதிரான அடக்கு முறையையும், சிவப்பு அடக்குமுறைக்கு எதிராக நடந்த போராட்டத்தையும், வெள்ளை ஒளி மயமான எதிர்காலத்தையும் உணர்த்துகின்றன. வெள்ளையில் 'இறைவன் பெரியவன்' என்ற பொருளையுடைய 'அல்லாஹ் அக்பர்' என்ற அரபி வார்த்தைகளைப் பார்க்கலாம்.

குறுகிய கடல் மட்டும் :

ஈராக்கைத் தேசப்படத்தில் மேலோட்டமாகப் பார்த்தால் நாடு முற்றிலும் நிலத்தால் சூழப்பட்டது போன்று காட்சியளிக்கும். சற்றுக் கூர்ந்து நோக்கினால் குவைத் மற்றும் ஈரானை ஒட்டியுள்ள 58 கிலோ மீட்டர் நீள பாரசீக வளைகுடா கடற் பகுதியும் இதற்குச் சொந்தம் என்பது தெரிய வரும். குவைத், ஈரான், துருக்கி, சிரியா, ஜோர்டான் மற்றும் சவுதி அரேபியா ஈராக்கின் எல்லை நாடுகளாகும்.

பகுதிகள் நான்கு :

புவியியல் ரீதியாக நாட்டை நான்கு முக்கிய பகுதிகளாகப் பிரிக்கலாம். மத்திய மற்றும் தென் கிழக்கத்திய ஈராக்கிலுள்ள யூஃப்ரடீஸ் – டைக்ரிஸ் வண்டல் சமவெளி, இந்நதிகளுக்கு இடைப்பட்ட பரப்பிலுள்ள அல்–ஜஸீரா என்ற மேட்டு நிலப்பகுதி, மேற்கிலும் தெற்கிலும் கிடக்கும் பாலைவனங்கள், வடகிழக்கில் உள்ள உயர்நிலங்கள் ஆகியவையே இந்நான்கு பகுதிகள்.

இரட்டை நதிகளின் பயணம் :

நதிகளால் ஏற்பட்ட சமவெளியைப் பார்ப்பதற்கு முன் முதலில் இந்த ஜீவ நதிகளின் பயணத்தில் பங்கு கொள்வோம். யூஃப்ரடீஸ் மற்றும் டைக்ரிஸ் இங்கு 'திஜ்லா' மற்றும் 'ஃபுராத்' என்றழைக்கப்படுகின்றன. இவ்விரண்டும் துருக்கியில் உற்பத்தியாகி, சிரியாவைக் கடந்து பின் ஈராக்கில் நுழைகின்றன. 2800 கிலோ மீட்டர் நீளமுடைய முதல் நதிதான் மேற்கு ஆசியாவிலேயே மிகவும் நீளமானது. இந்நதியின் மொத்த நீளத்தில் நான்கில் ஒரு பங்குக்கும் சற்றுக் கூடுதலான தூரத்துக்கு மட்டும் இங்கு பாய்கிறது. 1850 கிலோ மீட்டர் நீளம் கொண்ட இரண்டாம் நதி அதன் பாதி அளவு தூரத்துக்கு மாத்திரம் இந்நாட்டில் பயணிக்கிறது. இவ்விரு ஆறுகளும் ஈராக்கின் நடுவில் தனித்தனியாக ஓடி தெற்கிலுள்ள பஸ்ராவின் அருகில் இணைந்து ஷட்டல் அரப் (Shatt al-Arab) ஆக மாறி பாரசீக வளைகுடாவில் மறைகின்றன.

சொர்க்கத்தின் ஆறு :

இந்த நதிகளைப் பற்றி பைபிளிலும் கூறப்பட்டுள்ளது. பழைய அதிகாரத்தின் (Old Testament) ஆதியாகமம் என்ற முதல் புத்தகம் சொர்க்கத்தின் ஈடன் தோட்டம் கிழக்கு நோக்கியுள்ளது என்றும், அது நான்கு கிளை ஆறுகளை யுடைய ஓர் ஆறினால் தண்ணீரைப் பெறுகிறது என்றும் சொல்கிறது. பைசான், கைஹான், ஹிட்கெல் என்ற டைக்ரிஸ் மற்றும் யூஃப்ரடீஸ் ஆகிய இவைதான் அந்தக் கிளையாறுகள்.

வண்டல் சமவெளி மற்றும் மேட்டு நிலம் :

நாம் இனி சமவெளிப் பிரதேசத்துக்கு வரலாம். ஜீவ நதிகள் விட்டுச் செல்லும் வளமான வண்டலைக் கொண்டது சமவெளி. உயரம் குறைந்த 132,000 சதுர கிலோ மீட்டர் பரப்பிலான இச்சமவெளி நாட்டின் மூன்றில் ஒரு பகுதியாகும். இதில் ஏராளமான ஏரிகளும் நிறைந்துள்ளன. இவற்றுள் ஒன்றான அல் ஹம்மர் ஏரி 100 கிலோ மீட்டர் நீளமும், 13

முதல் 15 முடியவுள்ள கிலோ மீட்டர் அகலமும் உடையது. தீவு என்ற பொருளுடைய அல் ஜஸீரா ஓரளவு வறண்ட பீடபூமி. மோசுலில் தொடங்கி கிர்குக் வரை செல்லும் இதன் மேட்டு நிலங்கள் துருக்கி, ஈரான் ஆகியவற்றுடன் எல்கைகளையும் கொண்டவை. இந்நிலங்கள் மேய்ச்சலுக்கு மட்டுமின்றி இவற்றின் மண்ணும், நீரும் பயிர் செய்வதற்கும் ஏற்றதாக உள்ளன.

பாலைவனங்களும், உயர் நிலங்களும் :

168,000 சதுர கிலோ மீட்டர் பரப்புடைய பாலைவனங்கள் நாட்டின் ஐந்தில் இரண்டு பகுதியைக் கொண்டது. மணலும், சிறிய கற்களும் கலந்த இந்த பாலைவனங்களில் பீடபூமிகளையும் காணலாம். நாட்டின் மேற்கிலுள்ள பாலைவனம் சிரியப் பாலைவனத்தின் (Syrian Desert) தொடர்ச்சியாகும். தெற்கிலுள்ள பாலைவனம் இரு பகுதிகள் அடங்கியது. இதன் மேற்கில் இருப்பதை அல் ஹாஜரா என்றும், கிழக்கில் இருப்பதை அல் திப்திபா என்றும் சொல்வர். அல் திப்திபா வழியாக ஓடும் அல் பாதின் என்ற வாடி (பாலைவனக் கால்வாய்) ஈராக்குக்கும், குவைத்துக்கும் எல்கையுமாகும். நாட்டின் ஐந்தில் ஒரு பகுதியைக் கொண்ட வட கிழக்கு உயர்நிலங்கள் 92,000 சதுர கிலோ மீட்டர் பரப்பிலானது. இங்குதான் துருக்கி மற்றும் ஈரானுடன் சேர்ந்து கிடக்கும் குர்திஸ்தான் உள்ளது. இங்கு நாம் காணும் ஸாக்ரோஸ் மலையின் பெரும்பகுதி ஈரானினும், மீதி ஈராக்கிலும் உள்ளது.

நியாண்டர்தால் மனிதன் :

ஈராக் நல்ல செழிப்பான பகுதியாக இருந்ததால் மனிதன் பல்லாயிரக்கணக்கான ஆண்டுகளுக்கு முன்னரே இங்கு வாழ்ந்தான். இதை உறுதி செய்யும் விதமாக கொலம்பியா பல்கலைக் கழகத்தைச் சேர்ந்த ரால்ஃப் சொலெக்கி ஸாக்ரோஸ் மலையிலுள்ள ஷானிதார் குகையிலிருந்து 9 நியாண்டர்தால் மனிதர்களின் மண்டையோடுகள் மற்றும் உடலின்

பாகங்களைக் கண்டெடுத்தார். அதன் பின்பு இன்னொரு மனிதனின் மண்டையோடும் கண்டுபிடிக்கப்பட்டது. அனேகமாக நம்மைப் போன்ற தோற்றமுடைய இந்த நியாண்டர்தால் மனித இனம் அழிந்து விட்டது. ஈராக்கின் இப்பழங்கால மனிதர்கள் 35,000 முதல் 65,000 வருடங்களுக்கு முன்பு வாழ்ந்தவர்கள். இறந்து போன அக்கால மனிதர்களுடன் பூக்களும் வைக்கப்பட்டன என்பதைச் சிதைந்த உடல் பாகங்களுடன் காணப்பட்ட பூக்களின் மகரந்தத் தூள்கள் சொல்கின்றன.

முதலில் அமைந்த அரசுகள் :

அடுத்து அரசுகள் அமைந்தன. இன்றைய தென் ஈராக்கில் இருந்தது சுமேரியா. இது 5000 ஆண்டுகளுக்கு முன்பிருந்தது. 4000 வருடங்களுக்கு முந்தைய நாட்டின் நடுவிலும் தெற்கிலும் அமைந்தது பாபிலோனைத் தலைநகராகக் கொண்ட பாபிலோனியா. பழைய பாபிலோனியாவின் ஹம்முராபியின் சட்டதிட்டங்கள் மிகவும் சிறப்புடையவை. பாபிலோனியாவுக்குப் பின் அமைந்த அசிரியா டைக்ரிஸ் நதியின் மேற்பகுதியை மையமாகக் கொண்டிருந்தது. இந்த சுமேரியா, பாபிலோனியா, அசிரியாக்கள் எல்லாம் அக்கால சீரிய புராதன நாகரீக அரசுகள்.

கைதிகளால் உருவான உலக அதிசயம் :

புதிய பாபிலோனியாவின் அரசர்தான் இரண்டாம் நெபுகட்னெஸார். இவர் யூதர்கள் வாழ்ந்த ஜூதியா எனப்படும் யூத நாட்டைக் கைப்பற்றி ஜெருசலேத்தில் இருந்த சாலமனின் கோவிலை அழித்தவர். தான் சிறைப்பிடித்த பல கைதிகளை பாபிலோனுக்குக் கொண்டு வந்து அவர்களை வைத்தே பாபிலோனின் தொங்கு தோட்டங்களை (Hanging Gardens of Babylon) அமைத்தார். இவர் தனது தந்தை ஆரம்பித்து வைத்த பாபல் கோபுரத்தின் கட்டுமானப் பணிகளையும் தொடர்ந்தார். ஆக்கமீனியர்களுக்கும், பார்த்தியர்களுக்கும் பின் வந்தவர்கள் ரோமானியர்கள். இவர்கள் காலத்தில் கிறிஸ்துவ மதம் வளரத்

பாபிலோன் தொங்கு தோட்டத்தின் கற்பனைப் படம்

தொடங்கிய அதே வேளையில் சோராஷ்டிர மதம் சற்று மறைய ஆரம்பித்தது.

வளமான பிறை :

கி.பி. 636ல் ஈராக்கின் அதீக் நதிக்கரையில் அமைந்த காதிசியாவில் (Al Qadisiya) சாத் இப்னு வக்காஸ் தலைமையிலான அரேபியப் படை சசேனியர்களை வென்றதால் இஸ்லாம் இங்கு வளரத் தொடங்கியது. அரேபியாவிலிருந்து பலர் இங்குள்ள 'வளமான (இளம்) பிறை'ப் (Fertile Cresent) பகுதிக்குக் குடிபெயரவும் ஆரம்பித்தனர். (பிறை வடிவிலான ஆப்பிரிக்கா மற்றும் ஆசியாவின் பல செழிப்பான இடங்கள் அடங்கிய பகுதியை 'வளமான பிறை' என அழைக்கிறோம். இப்பகுதியில்தான் எகிப்து, ஃபினீசியா, சுமேரியா முதலிய பல புகழ்பெற்ற பழங்கால நாகரீகங்கள் தோன்றின.) ஈராக்கில் இஸ்லாமிய அரசு ஏற்பட்டவுடன் அதைப் பலப்படுத்திக் கொள்ள

கூஃபாவிலும், பஸ்ராவிலும் கோட்டைக் காவற் படைகள் நிறுத்தப்பட்டன. பின் தலைநகராக பாக்தாத் மாறியதும் ஈராக் மேலும் முக்கியத்துவம் பெற்றது. அப்போது இந்நாடு அரபு நாடுகளிலேயே மிகவும் செழிப்போடும், அதிக மக்கள் தொகையோடும் இருந்தது.

ஜூலை புரட்சி :

சதாம் ஹுஸைன்

புயித், செல்ஜுக், மங்கோலிய கான்கள், டர்க்மன் மற்றும் சபாவிது வம்சங்களின் கையில் இருந்த நாடு பின் உதுமானியப் பேரரசின் வசம் சென்றது. *1534* முதல் *1918* முடிய நாட்டை ஆண்ட இவ்வரசு முதல் உலகப் போரில் ஜெர்மனியை ஆதரித்ததால் பிரிட்டன் ஈராக்கைத் தாக்கி தனது கட்டுப்பாட்டுக்குள் வைத்துக் கொண்டது. நாடு *1932*ல் விடுதலை பெற்ற பிறகும் பிரிட்டன் தனக்கு வேண்டியவர்களை ஆட்சிப் பொறுப்பில் வைத்தது. *1958* 'ஜூலை புரட்சி' மூலம் முடியாட்சி முடிவுக்கு வந்ததும் பலர் மாறிமாறி ஆட்சிக்கு வந்தனர். சோஸலிஸ பாத் (Baath) கட்சியைச் சேர்ந்த சதாம் ஹுசைன் ஆட்சியைக் கைப்பற்றி பின் தன்னையும், நாட்டையும் பலப்படுத்திக் கொண்டார்.

போர் நாயகன் :

நாடு சதாம் ஹுசைன் காலத்தில் *23* வருட இடைவெளியில் மூன்று பெரும் போர்களைச் சந்தித்தது. முதல் இரண்டும் அவரால் தொடுக்கப்பட்டவை. கடைசிப் போர் அவர் மீது திணிக்கப்பட்டது. ஹார்முஸ் நீர்சந்தி போன்றவற்றைக் கட்டுப்படுத்தி விடலாம் என்ற கனவுகளுடனும், ஈரானை எளிதில் வீழ்த்தி விடலாம் என்ற

எண்ணத்துடனும் 1980ல் அவர் ஈரானுடன் மோதினார். அமெரிக்காவும், குவைத்தும் அவருக்கு ஆதரவாக இருந்தன. இரு தரப்பிலும் லட்சக்கணக்கானவர்கள் மாண்டதுதான் மிச்சம். யாருக்கும் வெற்றி தோல்வி இன்றி கடைசியில் 1988ல் போர் முடிவுக்கு வந்தது. 1990ம் வருடம் அவர் அண்டை நாடான குவைத்திடம் வம்புக்குப் போனார். தனது பெட்ரோலை குவைத் திருட்டுத்தனமாக எடுக்கிறது என்று கூறிக்கொண்டு அதை ஆக்கிரமித்தார். உடனே அமெரிக்கா தலைமையில் பன்னாட்டுப் படைகள் ஈராக்கியர்களை குவைத்திலிருந்து விரட்டி அடித்தன.

முதல் இரண்டு போர்கள் மூலம் பக்கத்து நாடுகளுக்குத் தொந்தரவு கொடுத்த ஈராக்கு மீது எங்கேயோ இருக்கும் அமெரிக்கா போர் தொடுக்கக் காத்திருந்தது. ஈராக்கிடம் ஏராளமான ரசாயன ஆயுதங்கள் உள்ளன என்று கூறிக் கொண்டு 'தடியெடுத்தவன் தண்டல்காரன்' என்பது போல ஐக்கிய நாடுகள் சபையின் எதிர்ப்பையும் மீறி பிரிட்டனையும் துணைக்கு அழைத்துக்கொண்டு 2003 ஆகஸ்டு திங்கள் தனது படைகளை இந்நாட்டுக்கு அனுப்பியது. அமெரிக்கா கூறியபடி இங்கே அபாயகரமான ஆயுதங்கள் எதுவும் இல்லை. என்றாலும் அது விரும்பியபடி ஈராக்கைத் தோற்கடித்து 2006 டிசம்பர் மாதம் சதாமை அவர் நாட்டிலேயே தூக்கிலிட்டுக் கொன்றது.

வீழ்ச்சியும் எழுச்சியும் :

1960, 70களில் அபரிதமான வளர்ச்சியைக் கண்ட ஈராக் நாட்டில் ஏற்பட்ட போர்களால் அடுத்த இருபது ஆண்டுகளில் அதால பாதாளத்துக்குச் சென்றது. இதன் சீர்குலைந்த பொருளாதாரத்தைத் தனது பழைய நிலைக்குக் கொண்டு வரவும், வாங்கிய கடன்களைத் திருப்பித் தரவும் நாடு படாதபாடுபடுகிறது. எனினும் சென்ற பத்து வருடங்களாக இது வளர்ச்சிப் பாதைக்குத் திரும்பிக் கொண்டிருக்கிறது. இப்போதுள்ள நிலவரப்படி மொத்த உள்நாட்டு உற்பத்தி (GDP) வளர்ச்சி 5 சதவீதமாகவும், தனிநபர் வருமானம் தோராயமாக

17,000 அமெரிக்க டாலராகவும் உள்ளது. உலகிலேயே சவுதி அரேபியாவுக்கு அடுத்தபடியாக பெட்ரோல் இருப்பைக் கொண்டது ஈராக். ஆனால் அதன் பெரும்பங்கு இன்னும் தொடப்படாமல் உள்ளதென்பதும், உற்பத்தி செய்யப்படும் பெட்ரோலும் சிக்கனமாகவே எடுக்கப்படுகிறதென்பதும் சிறப்பம்சங்கள். இயற்கை வாயு, இரும்பு, கந்தகம், சுண்ணாம்புக்கல் முதலியனவும் கிடைக்கின்றன. இங்கு பரவலாக மேற்கொள்ளப்படும் விவசாயத்தால் கோதுமை, நெல், பருத்தி, பார்லி போன்ற பயிர்களும், பேரீச்சை, அத்தி முதலிய பழங்களும் உற்பத்தி செய்யப்படுகின்றன.

ஆட்சி முறை :

ஈராக்கில் இப்போது 'பாத்' கட்சி ஒழிக்கப்பட்டு பல கட்சிகள் அடங்கிய ஒரு கூட்டு ஜனநாயக இஸ்லாமியக் குடியரசு ஏற்படுத்தப்பட்டுள்ளது. நிர்வாகத் தலைநகராக பாக்தாத் இருந்தாலும் பஸ்ரா ஒரு முக்கிய நகர். இதை நாட்டின் கலாச்சார தலைநகர் என்றும் கூறலாம். பஸ்ரா, கர்பலா போன்ற 18 மாநிலங்களை உடையது நாடு. இவை போக சுயாட்சி பெற்ற குர்திஸ்தான் பகுதியும் உண்டு. 1970ல் ஈராக் அரசுடன் ஏற்பட்ட ஒப்பந்தப்படி இதற்குத் தனிக்கொடி, ராணுவம் முதலிய சலுகைகளும் உள்ளன.

இனம் மற்றும் மதம் :

4,37,072 சதுர கிலோ மீட்டர் பரப்புடைய ஈராக்கில் நான்கு கோடிக்குச் சற்றுக் குறைவான மக்கள் வசிக்கின்றனர். இதில் ஐந்தில் நான்காக உள்ள அரபுகள் பெரும்பான்மை இனத்தினர். 15 சதவீதமாக இருக்கும் குர்துகள் அடுத்த பெரிய இனம். ஈரானியர், டர்க்மன், அசிரியர் போன்றோரும் இங்கு வாழ்கின்றனர். இஸ்லாம் நாட்டின் மிகப்பெரிய மதம். இது 97 விழுக்காடு மக்களால் பின்பற்றப்படுகிறது. இவர்களில் மூன்றில் இரண்டு பங்கு ஷியாக்களும், மீதம் சன்னிகளும் ஆவர். சன்னிகள் கொஞ்சம் கூடுதலாகவும் இருப்பர் என்றும் சொல்லப்படுகிறது. 3 சதவீதமாக இருக்கும் சிறுபான்மை

யினரில் பெரும்பாலோர் கிறிஸ்துவர்கள். சதாம் ஹூசைன் அதிபராக இருந்தபோது துணை அதிபராக பதவி வகித்தவர் தாரிக் அஸீஸ் என்ற கிறிஸ்துவர். ஐ.எஸ்.ஆல் வேட்டையாடப் படும் யஸீதுகள் சுமார் 7 லட்சம் பேர் இங்குள்ளனர். இவர்கள் சோராஷ்டிரர்கள், கிறிஸ்துவர்கள் மற்றும் முஸ்லிம்களின் பல நடைமுறைகளைக் கடைப்பிடிக்கின்றனர்.

பொலிவு பெற்ற நாடு :

ஈராக் இஸ்லாத்துடன் நெருங்கிய மற்றும் நீண்டகாலத் தொடர்புடையது. கி.பி. 657ம் வருடம் முஹம்மது நபியின் மருமகனும், நான்காம் கலீபாவும் ஆன அலி ஈராக்கின் கூஃபாவைத் தலைநகராக்கிக் கொண்டார். அவர் கூஃபாவின் பெரிய மசூதியில் தொழுது கொண்டிருக்கும்போதே எதிரிகளின் விஷம் தடவிய வாளால் தாக்கப்பட்டு ஷஹீதும் ஆனார். அப்பாஸிகளின் காலத்தில் தலைநகர் சிரியாவின் டமாஸ்களிலிருந்து பாக்தாதுக்கு மாற்றப்பட்டதும் நாடு பொலிவு பெறத் தொடங்கியது.

மாறு வேடத்தில் கலீபா :

அப்பாஸிகளின் ஐந்தாவது கலீபா 'நேர்மையான ஹாருன்' என்ற ஹாருன் அல் ரஷீது. பகலில் கலீபாவாகத் திகழ்ந்த இவர் இரவில் மாறு வேடத்தில் சென்று மக்களின் குறைகளைக் கண்டறிந்து அவற்றை நிவர்த்தி செய்தார். எனவே இவர் மக்களிடம் மிகவும் செல்வாக்குப் பெற்றிருந்தார். 'ஆயிரத்து ஓர் இரவுகள்' என்ற நூலில் பல இடங்களில் வரும் இவர் ஒரு கவிஞரும் கூட. குர்ஆன் மற்றும் நபி போதனை களால் ஈர்க்கப்பட்ட ஹாருன் இஸ்லாத்தின் அறிவு வளர்ச்சிக்குப் பெரிதும் துணை புரிந்தார்.

அறிவின் வீடு :

ஹாருனின் மகனும், அடுத்த கலீபாவுமான மாமுனும் தந்தையின் வழியைத் தொடர்ந்தார். அவர் பாக்தாத்தில்

'பைத்துல் ஹிக்மா' (அறிவின் வீடு) எனப்படும் கல்வி நிலையத்தை ஏற்படுத்தினார். ஒரு பல்கலைக் கழகத்தைப் போன்ற இந்தக் கல்வி நிலையம் ஒரு நூலகம், மொழி பெயர்ப்பாளர்கள் கூடும் மையம் முதலியவற்றைக் கொண்டிருந்தது.

வெளிச்சத்துக்கு வந்த படைப்புக்கள் :

பாக்தாத் பிரசித்தி பெற்ற தலைநகராக விளங்கியதால் எகிப்து, பாரசீகம், இந்தியா, சீனா, கிரேக்கம், ரோம், பைஸாந்தியம் முதலிய நாடுகளிலிருந்து அறிஞர்கள் இங்கு வந்து தங்கள் கருத்துக் களைப் பரிமாறிக் கொண்டனர். இவர்களில் முஸ்லிம் அல்லாதவர்கள் பலர் இருந்தனர். ஹாருன் அல் ரஷீது, மாமுன் ஆகியோரின் பெரு முயற்சியால் பல மேலை நாட்டுப் படைப்புக்கள் அரபி, ஃபார்ஸி போன்ற கீழ்த் திசை மொழிகளில் மொழிபெயர்க்கப்பட்டன. இம்மொழிகளின் படைப்புக்களும் மேலை நாட்டு மொழிகளில் மொழி பெயர்க்கப்பட்டன. இதனால் வீரதீரச் செயல்களுக்குப் பெயர் போன அலி பாபா, சிந்துபாத், அலாவுதீன் மற்றும் கனவுலகில் உலாவுகிற லைலா - மஜ்னு முதலிய பாத்திரங்கள் வெளிஉலகுக்குத் தெரிய வந்தன. மேலும் இந்திய இலக்கங்கள் (Numerals) ஏற்றுக் கொள்ளப்பட்டு அவை இஸ்லாமிய மற்றும் மேற்கத்திய உலகில் பரவலாகப் பயன்படுத்தப்பட்டன. இது

கணக்கு மற்றும் அறிவியலில் பல கண்டுபிடிப்புகளுக்கு உறுதுணையாகவும் இருந்தது.

அறிஞர்கள் முதலானோர் :

அறிஞர் அவிசென்னா, மருத்துவரும், ரசவாதியும் (Alchemist) ஆன அபுபக்கர் முஹம்மது இப்னு அற் றாஸி போன்ற ஏராளமானோர் பாக்தாத்தில் இருந்தவர்கள்தான். ஒளியியல், இயற்பியல், வானவியல், வடிவியல், தத்துவம் முதலிய துறைகளில் சிறந்து விளங்கியவர் அபு அலி ஹசன் அல் ஹய்தான். பஸ்ராவில் பிறந்து எகிப்துக்குச் சென்று விட்ட இவர் 200க்கும் மேற்பட்ட நூல்களை எழுதினார். இவரைக் கௌரவிக்கும் வகையில் யுனெஸ்கோவால் 2015ம் ஆண்டு 'சர்வதேச ஒளி ஆண்டா'கக் கொண்டாடப்பட்டது. 'ஆயிரத்திவொரு கண்டுபிடிப்புகளும், அபு அலி ஹசன் ஹய்தானும்' என்ற தலைப்பில் ஒரு சர்வதேச நிகழ்ச்சியும் நடத்தப்பட்டது.

வணக்க தலங்களும், நினைவகங்களும் :

ஈராக்கில் எண்ணற்ற மசூதிகள், சூபி மகான்கள் போன்றோரின் அடக்க தலங்கள், நினைவுச் சின்னங்கள் முதலியவற்றைக் காணலாம். ரமலான் மசூதி, புன்னே மசூதி ஆகியவை இங்குள்ள பழைய மசூதிகள். 'எல்லா நகரங்களுக்கும் தாயான மசூதி' என்ற 'உம்மல் குரா மசூதி' சதாம் ஹூசைனால் கட்டப்பட்டது. இது அவரது குவைத் வெற்றி (?)யைக் கொண்டாடுவதற்காகக் கட்டப்பட்டது. இதன் நடுவில் அமைந்த கும்மட்டத்தைச் சுற்றி நான்கு ஸ்கட் ஏவுகணை வடிவ மினாராக்களும், வெளி ஓரங்களில் நான்கு துப்பாக்கிக் குழல் போன்ற மினாராக்களும் உள்ளன. அவரால் கட்ட ஆரம்பிக்கப்பட்ட 'அற் றஹ்மான் மசூதி' இன்னும் முழுமை அடையாமல் இருக்கிறது.

முஹம்மது நபியின் பேரனும், வீரர் அலியின் மகனும் ஆன ஹூசைன் யுத்தம் செய்து இறந்த இடம் கர்பலா. இங்கு

உம் அல் குரா மசூதி

அவருக்காக ஒரு நினைவகம் கட்டப்பட்டுள்ளது. நஜபிலுள்ள அலியின் நினைவிடம் மற்றும் மசூதியைக் காணவும் பலர் வருகின்றனர். 'மெய் நிலை கண்ட ஞானி' அப்துல் காதர் ஜீலானியின் கல்லறை பாக்தாத்தில் உள்ளது. இவ்வளாகத்தில் இருப்பது ஒரு நூலகம். பல அரிதான குர் ஆன்கள் உட்பட 35,000க்கும் மேற்பட்ட நூல்கள் இந்நுலகத்தை அலங்கரிக் கின்றன. மார்க்க அறிஞர் இமாம் அபு ஹனிபா, கவிஞரும் ஞானியுமான ஷேக் உமர் அல் சஹ்ரவானி ஆகியோரின் நினைவகங்களையும் பாக்தாத்தில் காணலாம். 'முதலில் பறந்த அரேபியர்' என்ற அப்பாஸ் இப்னு பிர்னஸின் சிலை ஒன்று இங்கு இருக்கிறது. உமையாக்களின் கலீபா இரண்டாம் அப்துற் றஹ்மான் காலத்தில் அந்தலூசியாவில் (ஸ்பெயின்) வாழ்ந்த தத்துவ ஞானியும், விஞ்ஞானியும் ஆன அந்தப் பறக்கும் அரேபியர் அப்போதே எவ்வாறு மனிதன் பறக்க முடியும் என்பது குறித்து ஆய்வுகள் மேற்கொண்டவர்.

நிலை குலைந்த நாடு :

சன்னி பிரிவைச் சேர்ந்த சதாம் பெரும்பான்மை ஷியாக்களை அடக்கி ஆண்டார். அவர் வீழ்ந்ததும் ஷியா

அதிபர் அல் நூர் மாலிக்கி ஏழு லட்சம் சன்னி போர் வீரர்களை வீட்டுக்கு அனுப்பினார். அந்த அளவுக்கு சன்னி – ஷியாக்கள் இடையே இருந்த ஒற்றுமையின்மைதான் நாட்டின் குழப்பத்துக்குக் காரணம். இதைப் பயன்படுத்திக் கொண்டு ஐ.எஸ் (இஸ்லாமிக் ஸ்டேட்) என்ற ஒரு புதிய பயங்கர அமைப்பு வளரத் தொடங்கியது. இதில் உள்ளவர்களில் பெரும்பான்மையோர் சன்னிகள். சதாமின் ஆட்சியின்போது இருந்த பல ராணுவத்தினரும், பல நாடுகளிலிருந்து வந்த கூலிப் படைகளும் இதில் உண்டு. ஐ.எஸ்.ஸின் ஆதிக்கம் அண்டை நாடான சிரியாவில் இன்னும் அதிகம். இது பற்றி 'சிரியா' தலைப்பின் கீழ் பின்னர் பார்க்கலாம்.

மாய்க்கப்பட்டதும், தகர்க்கப்பட்டதும் :

ஐ.எஸ்ஸால் எண்ணற்ற ஷியாக்கள், யஸீதுகள், சன்னிகள், பெண்கள் மற்றும் குழந்தைகள் மாய்க்கப்பட்டுள் ளனர். இஸ்லாத்துக்குப் புறம்பானது (ஹராம்) என்று கூறிக்கொண்டு அரண்மனைகள், அருங்காட்சியகங்கள், கல்லறைகள், நினைவகங்கள் முதலியவை தகர்க்கப்படுகின்றன. சிற்றாலயங்கள் (Shrines), தேவாலயங்கள், மசூதிகள் போன்றவையும் விட்டு வைக்கப்படவில்லை. தானியல், யூனுஸ் மற்றும் ஜிர்ஜிஸ் நபிமார்களின் கல்லறைகள் தகர்க்கப்பட்டன. சாத் பின் அகீல், ஃபாத்தி அல் காயேன் போன்றோரின் நினைவகங்களும் அழிக்கப்பட்டன. திக்ரித்தின் கி.பி. 7ம் நூற்றாண்டு பச்சை தேவாலயம், மோசுலின் அதே நூற்றாண்டு தாஹரா தேவாலயம், 10ம் நூற்றாண்டு புனித மார்கோர்கஸ் தேவாலயம், கன்னி மரியாள் தேவாலயம் முதலியவை நிர்மூலமாக்கப்பட்டன. மோசுலில் காணப்பட்ட அல் குப்பா ஹூஸைனியா, ஜாவத் ஹூஸைனியா, குதர் போன்ற பல மசூதிகளும் தரைமட்டமாக்கப்பட்டன. வரலாற்றுச் சிறப்பு மிக்க நகரங்களான ஹத்ரா, நிம்ரூத், மோசுல் போன்றவை ஐ.எஸ்.ஆல் சிதைக்கப்பட்டவை.

பாக்தாத்துக்கு வந்த குருநானக் :

இந்தியாவும், ஈராக்கும் முறையே உலகின் பிரசித்தி பெற்ற பழங்கால நாகரீகங்களான சிந்து சமவெளி மற்றும் மெசபொட்டோமியாவைக் கொண்டிருந்தன. இரண்டாயிரம் ஆண்டுகளுக்கு முன்பே இரண்டு நாடுகளும் பல துறைகளிலும் நெருங்கிய தொடர்பும் வைத்திருந்தன. ஹாருன் அல் ரஷீது கலீபாவாக இருந்தபோது இந்தியாவிலிருந்து ஒருவகை எருமைகளைக் கொண்டு வந்து இங்கு வேளாண்மைக்காக பயன்படுத்தப்பட்டன. ஈராக்கின் தத்துவ அறிஞர்களாகவும், சூபி மகான்களாகவும் விளங்கியவர்கள் ஹசன் அல் பஸ்ரி, ஜுனைத் அல் பாக்தாதி, ஷேக் பெஹ்லூல் போன்றோர். இவர்களால் ஈர்க்கப்பட்ட பலரில் இந்தியாவில் சீக்கிய மதத்தை ஏற்படுத்திய குருநானக்கும் ஒருவர். இவர் ஷேக் பெஹ்லூலின் அழைப்பை ஏற்று பாக்தாத்துக்கு வந்து மூன்று மாதங்கள் தங்கி இருந்தார்.

இன்றும் அதே உறவு :

இரு நாடுகளுக்கும் இடையே இருந்த அதே நெருக்கம் இந்த நூற்றாண்டுவரை தொடரத்தான் செய்கிறது. 1952ல் இரு நாடுகளும் அமைதி மற்றும் நட்பு சார்பான ஓர் ஒப்பந்தத்தில் கையெழுத்திட்டன. முடியாட்சி நீங்கி பாத் கட்சி

தலைமையில் அமைந்த அரசை இந்தியா ஆரம்பத்திலேயே அங்கீகரித்தது. 1971ல் இந்தியாவுக்கும், பாகிஸ்தானுக்கு மிடையே நடந்த போரில் ஈராக் இந்தியாவுக்கு எதிராக இருந்ததைத் தவிர பொதுவாக இந்நாடு இந்தியாவின் ஆதரவு நாடு. இதனால்தான் இங்கு பல வருடங்களாக நடைபெற்ற பல்வேறு துறைகளின் திட்டப் பணிகளில் பாதியை இந்தியாவே செய்து வந்தது. ஈராக் – ஈரான் போரின்போது கூட ஏறத்தாழ 50,000 பேர் இங்கு வேலை பார்த்து வந்தனர். இப்போதுள்ள அசாதாரண சூழ்நிலை காரணமாக இன்று இங்கு குறைவாகவே இந்தியர்கள் உள்ளனர்.

சிக்கலான எதிர்காலம் :

உதுமானியப் பேரரசின் கீழ் இருந்தபோது நாடு பாக்தாத், மோசுல் மற்றும் பஸ்ரா என்ற ஆளுநரின் பகுதிகளைக் கொண்டிருந்தது. ஆனால் இன்னும் மோசுலின் சில பகுதிகள் ஐ.எஸ். வசம் உள்ளது. ஒன்று மட்டும் நிச்சயம். ஒரு காலத்தில் நாகரீகத்தின் தொட்டிலாக இருந்த ஈராக்குக்கு ஐ.எஸ்ஸை சமாளிப்பது, ஷியா, சன்னி மற்றும் குர்து இடையேயான சட்டதிட்டங்கள் மற்றும் அதிகாரப் பகிர்வுடன் ஆட்சியை நடத்துவது முதலியவை சாதாரண காரியம் அல்ல.

☆☆☆

8

ஈரான்

ஈரான் வழி தனி வழி :

அமெரிக்கா மற்றும் அதன் நேச நாடுகளால் கியூபா, வெனிசுலா ஆகியவை போன்று உலகில் தனிமைப்படுத்தப் படும் நாடு ஈரான். காரணம் மேற்கு ஆசியாவின் சவுதி

ஈரான் வரைபடம்

அரேபியா மற்றும் பல அரபு நாடுகள் போலன்றி இது எந்த நாட்டையும் பெரிதும் சார்ந்திருக்காமல் சுயமாகச் சிந்திக்கவும், தனது திறமையால் அமெரிக்கா, இஸ்ரேல் முதலியவற்றிற்குச் சவாலாகவும் இருப்பதால்தான். பெரும்பான்மையான அண்டை நாடுகளெல்லாம் அரபு மொழியைப் பேசும் நிலையில் ஈரான் அதன் பாரசீக மொழி, நாகரீகம் மற்றும் கலாச்சாரத்தால் பெருமை கொள்கிறது.

முதலில் பாரசீகம், பின்னர் ஈரான் :

ஈரான் முதலில் பாரசீகம் என்றுதான் அழைக்கப்பட்டது. ஈரானில் ஃபார்ஸ் என்ற பிரதேசம் உண்டு. இப்பெயரிலிருந்து தான் நாட்டின் பெயர் பேர்சியா (பாரசீகம்) என்றாயிற்று. ஈரான் என்ற பெயரும் வழக்கில் இருந்தாலும் 1935ம் ஆண்டில்தான் மன்னர் ரேஸா நாட்டுக்கு ஈரான் என்று பெயரிட்டு அழைத்தார். ஈரான் என்றால் 'ஆரியர்களின் நாடு' என்று பொருள். இன்று நாட்டின் முழுப்பெயர் 'ஈரான் இஸ்லாமியக் குடியரசு' என்பதாகும்.

ஈரான் கொடி

இறைவன் பெரியவன் :

நாட்டின் கொடி பச்சை, வெள்ளை மற்றும் சிவப்பு வண்ணங்களைக் கொண்டது. இந்த நிறங்கள் முறையே இஸ்லாம் (வளமும்கூட), அமைதி, வீரம் ஆகியவற்றுடன் தொடர்புடையவை. வெள்ளையின் நடுவில் செங்குத்தாக உள்ள ஐந்து கோடுகள் இஸ்லாத்தின் ஐந்து அடிப்படைக் கொள்கைகளையும், வாள் போன்ற நடுக்கோடு வலிமையையும் குறிக்கின்றன. பச்சை மற்றும் சிவப்பில் முறையே 11 முறை

(மொத்தம் 22 தடவைகள்) அல்லாஹ் அக்பர் (இறைவன் பெரியவன்) என்ற அரபுச் சொற்கள் இடம் பெற்றுள்ளன.

மேற்கு ஆசியாவின் இரண்டாவது பெரிய நாடு :

ஈரான் காஸ்பியன் கடலுக்கும், பாரசீக வளைகுடா மற்றும் ஓமன் வளைகுடாவுக்கும் இடையே அமைந்துள்ளது. வடக்கில் ஆர்மீனியா, அஸர்பைஜான் மற்றும் துர்க்மெனிஸ்தான், கிழக்கில் ஆப்கானிஸ்தான் மற்றும் பாகிஸ்தான், மேற்கில் துருக்கி மற்றும் ஈராக் என ஏழு நாடுகள் இதைச் சூழ்ந்துள்ளன. நிலப்பரப்பில் 16,48,195 சதுர கிலோ மீட்டர் கொண்ட இந்நாடு மேற்காசியாவில் சவுதி அரேபியாவுக்கு அடுத்து இரண்டாவது பெரிய நாடாகவும், உலகில் 18வது பெரிய நாடாகவும் விளங்குகிறது.

வேலி போன்ற மலைகள் :

நாட்டைச் சுற்றிலும் வேலி போன்று காட்சி தருகின்றன மலைகள். துருக்கி மற்றும் ஈராக்குடன் சேர்ந்துள்ள ஸாக்ரோஸ் (Zagros) ஈரானின் மிகவும் பெரிய மலைத்தொடர்.

வடமேற்கிலிருந்து தென் கிழக்கு வரை நீண்டுள்ள இம்மலைகளுக்கிடையே ஆங்காங்கே சமவெளிகளையும் காணலாம். ஸாக்ரோஸை விடச் சிறியதும், குறுகலாகவும் ஆனால் உயரமாக உள்ள மலைத்தொடர் அல்போர்ஸ் (Elburz). இது நாட்டின் வடக்கில் அமைந்துள்ளது. இதன்

5671 மீட்டர் உயர பனிபடர்ந்த தமாவன்த் மலைதான் நாட்டிலேயே மிகவும் உயரமானது. டாலிஸ், கோபட், மக்ரான், ஷிப், பலங்கான், ஜபல் பரஸ் போன்றவை இதர மலைகள்.

மத்திய பீடபூமி :

ஈரானின் மொத்தப் பரப்பில் பாதி அளவைக் கொண்ட மத்திய பீடபூமி (Central Plateau) ஸாக்ரோஸ் மற்றும் அல்போர்ஸ் மலைத் தொடர்களுக்கு இடையில் உள்ளது. இதன் நடுவில் பல மூடிய வடிநிலங்களையும் பார்க்கலாம். சராசரியாக 900 மீட்டர் உயரமுடைய இந்தப் பீடபூமி 'ஈரான் பீடபூமி' என்றும் 'பாரசீக பீடபூமி' என்றும் அழைக்கப்படுகிறது. இப்பீட பூமியின் வடக்கே 'பெரிய உப்புப் பாலைவனம்' என்ற 'பெரிய மணற் பாலைவனமும்', தஸ்தேகவீர் பாலைவானமும், கிழக்கே தஸ்தே லூத் பாலைவனமும் உள்ளன. இப்பாலைவனங்கள் வறண்டும் பாறைகளுடனும் காணப்படுகின்றன.

ஓடும் நதிகள் :

மத்திய ஸாக்ரோஸ் மலையிலிருந்து தோன்றி டைக்ரிஸ் மற்றும் யூஃப்ரடீஸ் நதிகளின் முகத்துவாரமான ஷட்டல்

அரபில் சேரும் காரூன் நாட்டின் பெரிய நதி. 830 கிலோ மீட்டர் நீளமுள்ள இந்நதி நீர்வழிப் போக்குவரத்துக்கும் வசதியானது. செஃபித்ரூத் மற்றும் கார்கே நதிகள் காரூனை விடச் சற்று நீளம் குறைந்தவை. அரஸ் ஆர்மீனியா, துருக்கி மற்றும் அஸர்பைஜானுக்கும், அத்ரக் துர்க்மெனிஸ்தானுக்கும், ஷட்டல் அரப் ஈராக்குக்கும் எல்கையாகவும் அமைந்துள்ளன. மேலும் மலைகளிலிருந்து பனி உருகி ஆறுகளாக மாறினாலும் அவற்றில் பல உப்பு கலந்த ஏரிகளில் விழுந்து மறைந்து விடுகின்றன.

நிறம் மாறும் ஏரி :

ஈரானின் வடமேற்கில் காணப்படும் உர்மியா ஏரி மிகப் பெரியது. இது 6000 சதுர கிலோ மீட்டருக்கும் கொஞ்சம்

குறைவான பரப்புடையது. அதிக உப்புத் தன்மையுடைய இப்வேரி வெள்ளையாகக் காணப்படுவதும், பின் நிறம் மாறுவதும் வாடிக்கையாகி விட்டது. உப்பு கலந்த இதன் நீர் ஆவியாவதாலும், ஆல்கா மற்றும் பாக்டீரியா கலந்திருப்பதாலும் வெள்ளை, பச்சை, சிவப்பு என நீரின் நிறம் மாறிவிடுகிறது.

சமவெளிகள் மற்றும் காடுகள் :

நாட்டின் செழிப்பான பகுதிகள் என்று எடுத்துக் கொண்டால் குஸஸ்தான் சமவெளியும், காஸ்பியன் கடலோர சமவெளியும் முக்கியமானவை. ஈராக்கின் மெசபொட்டோமியா சமவெளியின் தொடர்ச்சியாக உள்ள குஸஸ்தான் பெரும்பாலும் சதுப்பு நிலத்தைக் கொண்டது. காஸ்பியன் கடலோர சமவெளி குறுகியதென்றாலும் நீளமானது. ஹார்முஸ் நீர்சந்தி, ஓமன் வளைகுடா போன்ற பகுதிகளிலும் வளமான சிறிய சமவெளிகள் உள்ளன. நாட்டின் மொத்த பரப்பில் 10 விழுக்காடு மட்டும் காடுகள். இக்காடுகளில் முன்பு நடமாடிய ஆசிய சிங்கங்களும், காஸ்பியன் புலிகளும் இன்று இல்லை. ஆனால் சிறுத்தை, கழுதைப்புலி, காட்டாடு, கரடி, மான் முதலிய மிருகங்களும், ஓக், புங்கை, அத்தி, போன்ற மரங்களும் காணப்படுகின்றன.

உலகின் தொடக்க கால பயிர் :

ஒரு லட்சம் வருடங்களுக்கு முன்பே மனிதன் ஈரானில் வாழ்ந்ததை காஷப் ரூத், கன்ஜ் பர் முதலிய இடங்களில் கண்டெடுக்கப்பட்ட கல்லினால் ஆன ஆயுதங்கள் உறுதி செய்கின்றன. மேலும் ஈரானில் 10,000 ஆண்டுகளுக்கு முன்னரே அவன் நவதானியங்கள், பார்லி, கோதுமை போன்றவற்றைப் பயிர்செய்ததற்கு வளமான பிறையின் கிழக்குப் பகுதியான சோகா கோலனில் கிடைத்த தானியங்கள், களிமண் பாத்திரங்களில் காணப்படும் மனிதர்கள் மற்றும் மிருகங்களின் உருவங்கள் ஆகியவை ஆதாரமாக உள்ளன. இங்கு நடப்பட்ட பயிர் உலகின் தொடக்க காலப் பயிர்களில் ஒன்றாகும். ஸாக்ரோஸ் மலையிலிருந்து கிடைத்த ஜாடிகள் அப்போது அவன் மது அருந்துவதற்காகப் பயன்படுத்தியவை. அவை இப்போதும் அமெரிக்காவின் பென்சில்வேனியா பல்கலைக் கழகத்தில் பத்திரமாக உள்ளன.

ஈலம் (ELAM) :

குறைந்தது ஆறாயிரம் ஆண்டுகளுக்கு முன்பே ஈரானில் ஈலம் என்ற ஒரு பண்டைய நாகரீக அரசு இருந்தது. சூசியானா என்றும் அழைக்கப்பட்ட அவ்வரசின் தலைநகராக விளங்கியது சூசா. செம்பு உலோகத்தை உருக்கக் கற்றுக் கொண்ட அங்கு வாழ்ந்த மக்கள் ஒரு வகை சித்திர எழுத்துக்களையும் பயன்படுத்தினர். சூசா, அன்ஷன் போன்ற இங்கிருந்த மையங்கள் மெசபொட்டோமியா, சிந்து சமவெளி முதலியவற்றுடன் தொடர்பும் வைத்திருந்தன. கி.மு. 7ம் நூற்றாண்டில் அசிரியாவின் அஷூர்பானிபாலின் படையால் தோற்கடிக்கப்பட்ட ஈலம் முடிவுக்கு வந்தது.

ஈரானின் குடியேற்றம் :

இதற்கிடையே கி.மு. 10ம் நூற்றாண்டு காலக் கட்டத்தில் மத்திய ஆசியாவிலிருந்து ஆரியர்கள் என்ற ஈரானியர்கள் பாரசீக வளைகுடாவுக்கும், காஸ்பியன் கடலுக்கும்

இடைப்பட்ட பகுதியில் குடியேறினர். பாரசீகர்களான இவர்கள் அன்ஷன், பெர்சிஸ் ஆகிய பகுதிகளில் ஆதிக்கம் செலுத்தினர். அப்போது மீதர்கள் (MEDES) எனப்படும் ஈரானியர்கள் இன்றைய ஈரானின் வடக்கே காஸ்பியன் கடலின் கீழ்ப்பகுதியில் அமைந்திருந்த மீடியாவை ஆண்டனர். குதிரைகள், ரதங்கள் ஆகியவற்றைக் கொண்டு வந்ததுடன் இரும்பாலான கருவிகள் மற்றும் வேளாண்மையிலும் சிறந்து விளங்கிய ஆரியர்களிடம் இருந்து மீதர்கள் நிறையத் தெரிந்து கொண்டனர்.

உருவான பாரசீகம் :

கி.மு. 612ல் மீதர்கள் சால்டியர்கள் என்ற பாபிலோனியர் களின் துணையுடன் அசிரியர்களின் தலைநகரான நினவேயை (Nineveh) அழித்துவிட்டு அவர்களின் ஆட்சியையும் கைப்பற்றிக் கொண்டனர். பின் அன்ஷனும், பெர்சிஸும் மீதர்களின் கீழ் வந்தது. இவ்வாறு அன்றைய பாரசீகம் என்ற ஒரு நாட்டை மீதர்கள் உருவாக்கினர்.

உலகின் முதல் மிகப் பெரிய பேரரசு :

மீதர்களுக்குப் பின் வந்தவர் மகா சைரஸ். 'ராஜாதி ராஜா' என்றும் அழைக்கப்பட்ட அவர் ஆக்கமீனியப் பேரரசை (Achaemenid Empire) உருவாக்கினார். பெர்சிஸ் மற்றும் அன்ஷனின் மன்னரான அவர் பாரசீகர்களை எல்லாம் சேர்த்துக் கொண்டு கி.மு. 549ல் மீதர்களைத் தோற்கடித்தார். அடுத்து ஐரோப்பாவின் பால்கன் நாடுகள், வடக்கு ஆப்பிரிக்கா மற்றும் மத்திய ஆசியாவை வென்றார். பெர்சிஸைத் தலைநகராகக் கொண்டு ஆசியா, ஆப்பிரிக்கா,

ஐரோப்பா ஆகிய மூன்று கண்டங்களிலும் பரவி இருந்த சைரஸின் அரசு பண்டைய உலகின் முதல் மிகப் பெரிய அரசாகும். சுமார் 200 ஆண்டுகள் ஆட்சி புரிந்த ஆக்கமீனியர்களின் காலத்தில்தான் சரக்குகளை எடுத்துச் செல்ல முதன்முதலாக ஒட்டகங்கள் பயன்படுத்தப்பட்டதாம். மேலும் வர்த்தகம் செய்ய வசதியாக ஈரானின் சூசாவையும், துருக்கியின் சார்டிஸையும் இணைக்கும் 'ராஜ சாலை' (Royal Road) முதலாம் டாரியஸால் அமைக்கப்பட்டது.

சசேனியர் :

ஆக்கமீனியர்களுக்குப் பிறகு வந்தவர்கள் செலூஸிட், பார்த்தியர் மற்றும் சசேனியர். இவர்களில் கி.பி. 3ம் நூற்றாண்டின் ஆரம்பம் முதல் கி.பி. 7ம் நூற்றாண்டின் முற்பகுதி வரை ஆட்சி செய்த சசேனியர் (Sassanians) மிகவும் புகழ் பெற்றவர்கள். இவர்கள் மத்திய ஆசியா மற்றும் மேற்காசியாவுடன் கிழக்கு ஐரோப்பா மற்றும் வடகிழக்கு ஆப்பிரிக்காவிலும் ஆதிக்கம் செலுத்தினர். எனினும் இவர்கள் அடிக்கடி ரோமானியர்களிடமும் பின்னர் முஸ்லிம்களிடமும் போராட வேண்டியதாக இருந்தது.

யுத்தத்துக்கெல்லாம் யுத்தம் :

இன்று ஈராக்கில் நாம் காணும் காதிசியா என்ற இடத்தில் கி.பி. 636ம் வருடம் நடந்த யுத்தத்தில் அரேபியர்கள் சசேனியர்களை வென்று ஈரானிலும் ஆதிக்கம் செலுத்த ஆரம்பித்தனர். உமர் அரேபியாவின் கலீபாவாக இருந்தபோது 'யுத்தத்துக்கெல்லாம் யுத்தம்' (Battle of Battles) என்ற 'நஹாவன்த் யுத்தம்' கி.பி. 642ல் நுமான் தலைமையிலான 30,000 பேர் அடங்கிய அரேபியப் படைகளுக்கும், ஃபிரூஸன் தலைமையில் அமைந்த 1,50,000 பேர் கொண்ட சசேனியப் படைகளுக்கும் இடையில் நடந்தது. இந்த யுத்தத்தில் அரேபியப் படைகள் சாதுரியமாகச் செயல்பட்டு எதிரிகளை வீழ்த்தி வெற்றி பெற்றன. அரேபியர்கள் வெற்றி பெற்றதால் சசேனியப் பேரரசின் கடைசி மன்னர் மூன்றாம்

யாஸ்டிஜெர்ட் (Yazdegerd III) தனது ராஜ்யத்தின் வடகிழக்கு எல்லையான மாரிக்குத் தப்பிச் சென்றார். 400 ஆண்டுகளுக்கும் மேலாக நீடித்த இப்பேரரசு முடிவுக்கு வந்ததுடன் பாரசீகம் அரேபியர்களின் ஆளுகையின் கீழ் வந்தது. இது பற்றி சர் முஹம்மது இக்பால் இவ்வாறு கூறுகிறார். "ரோமானியர்கள் எவ்வாறு கிரேக்கத்தை வென்றார்களோ அதைப் போன்றுதான் நாங்கள் பாரசீகத்தை வென்றது."

முஸ்லிம்களின் வெற்றிக்குப் பின் :

முஸ்லிம்களின் வெற்றிக்குப் பின் இங்கு பல நூற்றாண்டுகள் இருந்த இம்மண்ணின் மதமான சோராஷ்டிர மதம் மெல்ல அழியத் தொடங்கியது. அத்துடன் அரேபியாவிலிருந்து வந்த அரேபியர்களும், அதன் பின்னர் மத்திய ஆசியாவிலிருந்து வந்த துருக்கிய இனத்தவர்களும் இங்குள்ள குஸஸ்தான் போன்ற இடங்களில் குடிபெயர ஆரம்பித்தனர். முஸ்லிம்களின் வருகைக்குப் பிறகு ஈரானில் பிறர் அவ்வப்போது படையெடுத்த போதும் இந்நாடு இன்று வரை முஸ்லிம்களின் கைகளிலேயே இருந்து வருகிறது. முஸ்லிம்களின் முதல் ஆட்சியாளர்கள் கலீபாக்கள். இன்றைய ஈரானின் பக்கத்தில் இருந்த பாக்தாத்தை மையமாகக் கொண்ட அப்பாஸிகளின் ஆட்சிக்காலம் இஸ்லாமியர்களின் பொற்காலம் ஆகும். கி.பி. 9 மற்றும் 10ம் நூற்றாண்டுகளில் சமானித் வம்சமும் சிறந்த ஆட்சியைத் தந்தது. அப்போது பாரசீகக் கலாச்சாரம் மீளவும் எழுச்சி பெற்றதோடு நாடு பல துறைகளிலும் சிறந்தோங்கியது. அதே சமயம் பின்னர் நடைபெற்ற செங்கிஸ் கான், தைமூர் போன்றவர்களின் மங்கோலிய படையெடுப்புகளால் நாடு சின்னாபின்னப் படுத்தப்பட்டதுடன் ஏராளமானோர் மாண்டும் போயினர்.

சபாவித் வம்சம் :

கி.பி. 16ம் நூற்றாண்டிலிருந்து 18ம் நூற்றாண்டின் முற்பகுதி முடிய ஆட்சி செய்தது சபாவித் வம்சம். இவ்வம்சத்தைச் சார்ந்த முதலாம் இஸ்மாயில் ஈரானை ஒரு வலிமை மிக்க பேரரசாக மாற்றியதுடன் நாட்டை ஷியா நாடாகவும் அறிவித்தார். தனது 16ம் வயதில் பதவிக்கு வந்த முதலாம் ஷா அப்பாஸ் சபாவித் வம்சத்தில் மிகவும் புகழ் பெற்றவர். இவர் ஹீரட், பாக்தாத் முதலிய பகுதிகளைத் திரும்பப் பெற்றதோடு டச்சு கிழக்கிந்தியக் கம்பெனியுடன் வியாபாரத் தொடர்பும் வைத்துக் கொண்டார். சபாவிதுகளுக்குப் போட்டியாக இருந்தவர்கள் மொகலாயர்களும், துருக்கியர் களும்தான்.

பாரசீக நெப்போலியன் :

இந்தியாவிலிருந்து தங்க அரியணையையும், கோஹினூர் வைரத்தையும் எடுக்கச் சென்றவர் நாதிர் ஷா. தனது அதிரடித் தாக்குதல் மூலம் 3 மணி நேரத்தில் தன்னை விட அதிகமாகவும், மேலான நிலையிலும் இருந்த மொகலாயப் படைகளைத் தோற்கடித்து டில்லியை அதிர்ச்சியில் ஆழ்த்தினார். 1736 முதல் 1747 முடிய ஆண்ட இவர் அஃப்ஷரித் வம்சத்தைச் சேர்ந்தவர். இவர் பஷ்தூனியர்களை விரட்டியடித்ததோடு உதுமானியப் பேரரசு, ரஷ்யா ஆகியவற்றிடமிருந்து பல பகுதிகளைத் திரும்பப் பெற்றார். எனவே நாதிர் ஷா 'பாரசீக நெப்போலியன்' என்றும், 'இரண்டாம் அலெக்ஸாண்டர்' என்றும் நாட்டு மக்களால் அழைக்கப்படுகிறார்.

கணக்கு வழக்கு :

கி.பி. 18ம் நூற்றாண்டின் இறுதியிலிருந்து 20ம் நூற்றாண்டின் கால் பங்கு முடிய சுமார் 130 வருடங்கள் ஆண்டது கஜர் வம்சம். அடுத்து ஆட்சிக் கட்டிலில் ஏறியவர்கள் பஹ்லவிகள். இதற்கிடையே நாட்டில் எண்ணெய் வளம் இருப்பதையும், அப்போது நிலவிய அசாதாரண சூழ்நிலையையும் மனதில் வைத்துக் கொண்டு ரஷ்யா வடக்கு ஈரானையும், பிரிட்டன் தெற்கு ஈரானையும் பிடித்துக் கொண்டன. இவ்விரு நாடுகளும் ஒரு வழியாக இங்கிருந்து சென்றபின் அமெரிக்காவின் ஆதரவாளரான முஹமது ரேஸா பஹ்லவி ஆட்சியில் இருந்தபோது கிடைக்கும் பெட்ரோலை அமெரிக்காவும், ஈரானும் சமமாகப் பங்கிட்டுக் கொள்ள வேண்டும் என்ற நிபந்தனையில் அவை இரண்டும் பலனடைந்தன. ஆனால் ஈரானுக்குக் கணக்கு வழக்கு பார்க்க உரிமை கிடையாது.

புரட்சிக்குப் பின் போர் :

ஈரான் தலைவர் செய்யத் அலி ஹாமன்ஷி

முஹமது ரேஸா பஹ்லவியின் ஆட்சியின்போது நாட்டுக்கு எதிராகச் செயல்படுகிறார் என்ற குற்றத்துக்காக மதத்தலைவர் ஆயதுல்லா கோமேனி 1964ல் நாடு கடத்தப்பட்டார். நாடு கடத்தப் பட்டவரோ வெளிநாடுகளிலிருந்து புரட்சி செய்து 15 வருடங்களுக்குப் பிறகு நாடு திரும்பி நாட்டை ஓர் இஸ்லாமியக் குடியரசாக்கினார். 1980ல் தொடங்கி 1988ல் முடிந்த ஈரான் - ஈராக் போரில் நாடு லட்சக்கணக்கான பேரைப் பறி கொடுத்தது. நாட்டின் உடைமை களும் பெருத்த சேதமடைந்தன.

உற்பத்திப் பொருட்களின் முன்னணி நாடு :

கோதுமை, பார்லி, நெல், சர்க்கரை, பருத்தி, தேயிலை, புகையிலை, பேரீச்சை முதலியவை ஈரானில் அதிகம் விளைகின்றன. ஆப்பிள் உற்பத்தியில் உலகின் மூன்றாவது நாடாகவும், தேன் உற்பத்தி மற்றும் பட்டுப்புழு வளர்த்தலில் ஐந்தாவது மற்றும் ஆறாவது நாடாகவும் உள்ளது. செம்மறி ஆடுகள் வளர்த்தல் மற்றும் அவற்றின் உரோமம் சேகரிப்பதில் நான்காவது இடத்தில் உள்ளது. இங்குள்ள அபதான் எண்ணெய் சுத்திகரிப்பு நிலையம் உலகிலேயே மிகப்பெரியது. இயற்கை எரிவாயு மற்றும் பெட்ரோல் உற்பத்தியில் உலகின் இரண்டாவது மற்றும் மூன்றாம் இடத்தைப் பெறும் ஈரான் இரும்புத்தாது, நிலக்கரி, மங்கனீஸ், கந்தகம் மற்றும் இன்னபிற கனிமங்களையும் கொண்டது. ரத்தினமும், மரகதமும் கூட நாட்டில் மிகுதியாகக் கிடைக்கின்றன.

முடிவெடுக்கும் மதத் தலைவர் :

ஈரான் 31 பிரதேசங்களாகப் பிரிக்கப்பட்டு அவை ஆளுநர்களால் ஆளப்படுகின்றன. அதிபர் அல்லது மன்னர் போன்ற இடத்தில் இருக்கும் மதத்தலைவர் முப்படைகளின் தலைவரும், இறுதி முடிவெடுக்கும் அதிகாரமும் உடையவர். தற்போது அலி காமேனி மதத்தலைவர். இப்போது அதிபராக இருக்கும் ஹஸன் ரோஹானி விட்டுக் கொடுக்கும் மனப்பான்மையும், வெளிப்படையான அணுகுமுறையும் கொண்டவர். இதனால்தான் ஒபாமா அதிபராக இருந்தபோது அமெரிக்கா தனது பிடிவாதத்தைத் தளர்த்தி ஓரளவு ஈரானுடன் நெருங்கி வந்தது.

99 விழுக்காட்டுக்கும் கூடுதலான முஸ்லிம்கள் :

நாட்டின் மக்கள்தொகை 8¼ கோடி. இதில் 60 சதவீத பாரசீகர் களும், 10 விழுக்காடு குர்துகளும், மீதமாக அஸரி, பலூச்சி, பக்த்யாரி, லூர் முதலிய இனங்களும் அடங்கு வர். தேசிய மொழியான ஃபார்ஸியுடன் குர்டிஷ், அரபி போன்ற

மொழிகளும் பேசப்படு கின்றன. மதவாரியாக முஸ்லிம்கள் 99 சதவீதத்துக்கும் அதிகமாகவும், கிறிஸ்துவர்கள், யூதர்கள், சோராஷ்டிரர்கள் மீதமுள்ளவர் களாகவும் உள்ளனர். மிகவும் சொற்பமாக இருக்கும் இச்சிறுபான்மையினருக்குப் பாராளுமன்றத்தில் இட ஒதுக்கீடு உண்டு. இங்கு வாழும் முஸ்லிம்களில் 90 சதவீதத்துக்கும் கூடுதலாக ஷியாக்களும், மீதம் சன்னிகளும் ஆவர்.

இஸ்லாத்தில் இணைந்த தீ வழிபாட்டினர் :

ஈரானில் ஏற்கனவே இருந்த சோராஷ்டிரர்கள் நெருப்பை தெய்வமாக வழிபட்டனர். உலைக்கூடங்கள், நகைப்பட்டறை கள் போன்றவற்றில் வேலை செய்த தொழிலாளர்கள், கைவினைஞர்கள் முதலியவர்கள் புனிதமான தீயை அசுத்தப்படுத்துகிறார்கள் என்று கருதப்பட்டதால் அவர்கள் உடனேயே இஸ்லாத்தில் சேர்ந்து கொண்டனர். முஸ்லிம் தலைவர்களும் இஸ்லாத்தின் கொள்கைகளால் ஈர்க்கப்பட்டு அதில் புதிதாக இணைந்தவர்களைப் பிற அரபு நாடுகள் போல் இல்லாமல் பாரசீக மொழியில் இருந்த குர்ஆனை படிக்கச் செய்ததால் புதியவர்கள் இஸ்லாத்தைப் பற்றி எளிதில் புரிந்து கொண்டனர். இவை போன்ற காரணங்களால் இஸ்லாம் இங்கு வேகமாகப் பரவியது.

ஷியா மயமான நாடு :

ஆரம்பத்தில் நாட்டின் பெரும்பான்மையான முஸ்லிம்கள் சன்னி பிரிவினராகவே இருந்தனர். கி.பி. 7ம் நூற்றாண்டின் பிற்பகுதியில் முஹம்மது நபியின் மருமகன் அலி மற்றும் அலியின் மகன்கள் ஹசன் மற்றும் ஹூசைன் ஷஹீதுகளாக மரணமடைந்த காலத்திலேயே ஷியா

வழிமுறையில் பலருக்கு நாட்டம் ஏற்பட்டது. கி.பி. 16ம் நூற்றாண்டில் தொடங்கிய சபாவிதுகளின் ஆட்சியில் ஷியா இஸ்லாம் நாட்டின் மதம் என்று அறிவிக்கப்பட்டபோதுதான் அனேகர் ஷியாக்களாக மாறினர். முஹம்மது நபியின் மறைவுக்குப் பின் கலீபா பட்டம் அலிக்கு வழங்காதது பலருக்கு ஆதங்கத்தைக் கொடுத்தது. ஷியா என்றால் 'பின்பற்றுபவர்' என்று அரபி மொழியில் அர்த்தம். இதை 'அலியைப் பின்பற்றுபவர்' என்றும் எடுத்துக் கொள்ளலாம்.

அறிவியலின் முன்னோடி :

"சொர்க்கத்தில் கற்றல் நிறுத்தி வைக்கப்பட்டாலும் பாரசீகர்கள் அதைப் பெற்று விடுவார்கள்" என்றார் முஹம்மது நபி. ஈரான் இலக்கியம், அறிவியல், வானவியல், கணிதம், மருத்துவம், தத்துவம், தருக்கவியல் எனப் பல்வேறு துறைகளிலும் சிறந்து விளங்கியது. தலைசிறந்த கவிஞர்களான ஃபிர்தௌஸி, உமர் கய்யாம் போன்றோர் இந்நாட்டினரே. சாராயம், கந்தக அமிலம் முதலியவற்றைக் கண்டு பிடித்தவரும், கண் சிகிச்சை (Opthalmology), குழந்தைகள் நலன் (Pediatrics) ஆகியவற்றின் முன்னோடியுமான அபு பக்கர் முஹமது இப்னு ஸகாரிய்யா அற் றாஸி தலைநகர் டெஹ்ரானுக்கு அருகிலுள்ள ரேயில் பிறந்து அங்கேயே இறந்தவர். 'நவீன மருத்துவ உலகின் தந்தை' எனப்படும் அவிசென்னாவும் பாரசீகர்தான். இவர் பெரும்பான்மையான காலத்தை புகாரா, காஸ்பியன் கடற் பகுதி முதலிய இடங்களில் செலவளித்தாலும் தனது இறுதி நாட்களில் அதே ரேயில் இருந்து கடைசியில் ஹமதான் நகரின் பக்கத்திலுள்ள கஷ்வினில் அடக்கம் செய்யப்பட்டார்.

மருத்துவமனை முறை, காண்டாஸ் (நிலத்துக்கடியில் செல்லும் கால்வாய்), யக்சால் (இயற்கைக் குளிர் சாதனம்), காற்றாலை, மின்கலம் முதலியவை இங்கிருந்து வந்தவைகளே. 2700 ஆண்டுகள் பழமை வாய்ந்த கோனாபாத்திலுள்ள கனாத் என்ற நீர்ப்பாசன முறை இப்போதும்கூட ஆயிரக்கணக்கான வர்களுக்கு விவசாயத்துக்கும், குடிநீருக்கும் நீர் வழங்கி வருகிறது. இன்றும் ஈரான் அறிவியலின் மையமாக

விளங்குகிறது. 17 லட்சம் மாணவர்கள் பயிலும் இஸ்லாமிய ஆஸாத் பல்கலைக் கழகம் உலகின் மிகப்பெரிய பல்கலைக் கழகங்களில் ஒன்று. நாட்டின் அறிவியல் மற்றும் பொறியியல் துறைகளில் 70 சதவீதம் பேர் பெண்களே உள்ளனர். மக்கள் தொகை அடிப்படையில் உலகிலேயே கூடுதல் ஆய்வுக் கட்டுரைகளை வெளியிடும் நாடு ஈரான். விண்வெளியில் ஆமை, எலி, குரங்கு போன்றவற்றை அனுப்பிய இந்நாட்டுக்கு விரைவில் மனிதனை அனுப்பும் திட்டமும் இருக்கிறது.

முட்டுக்கட்டை :

உலகின் பத்து பெரிய ராணுவங்களில் ஈரானின் ராணுவமும் ஒன்று. ஆளில்லா விமானங்கள், ஏவுகணைகள், நீர் மூழ்கிக் கப்பல்களைத் தாக்கும் மிகவும் வேகமான ராக்கெட்டுகள் முதலியவை இதனிடம் உண்டு. ஒரு காலத்தில் ஈரானின் முன்னேற்றம் பின்னர் ஐரோப்பாவில் மறுமலர்ச்சி ஏற்பட ஒரு காரணமாக அமைந்தது. ஆனால் இன்று இந்நாடு அணுகுண்டு தயாரிப்பில் ஈடுபட்டால் அது சவுதி அரேபியா, இஸ்ரேல் போன்ற நாடுகளுக்கு அச்சுறுத்தலாக அமையும் என்ற எண்ணத்தில் சமீபத்தில் ஏற்பட்ட பேச்சுவார்த்தை களால் நாட்டின் அணுசக்தி திட்டங்கள் நிறுத்தி வைக்கப்பட்டுள்ளன. அதற்கு ஈடாக முடக்கி வைக்கப்பட்ட

அதன் தொகையைப் பெற்றுக் கொள்ளவும், பெட்ரோலை முன்பு போல ஏற்றுமதி செய்யவும் ஈரான் அனுமதி பெற்றுள்ளது.

இந்தியாவுடன் உறவு :

மேற்காசியாவின் இரு பெரிய சக்திகள் சவுதி அரேபியா மற்றும் ஈரான். ஆனால் பல விஷயங்களில் இரண்டுக்குமே ஒத்து வராது. பாரத பிரதமர் மோடி 2 நாள் பயணமாக ஏப்ரல் 2016ல் சவுதி சென்றார். உடனேயே மோடி ஈரானுக்கும் செல்ல வேண்டும் என்ற நிர்பந்தம் ஏற்பட்டது. அடுத்த மாதமே அவர் இன்னொரு 2 நாள் பயணமாக ஈரானுக்கும் போனார். சென்ற 15 வருடங்களில் ஈரானுக்குப் போன முதல் பிரதமரும் அவரே. 'ஒரு பானை சோற்றுக்கு ஒரு சோறு பதம்' என்பது போல் இந்நிகழ்வு ஒன்றே இந்தியா – ஈரான் இடையேயான உறவைப் பற்றிச் சொல்லிவிடும்.

இந்தியா, ஈரான் ஆகிய இரு நாடுகளும் நீண்ட நெடிய நாகரீகம் மற்றும் கலாச்சாரத்தை உடையவை. ஷியாக்களைப் பெரும்பான்மையாகக் கொண்ட ஈரான் மொகரம் பண்டிகைக்கு அதிக முக்கியத்துவம் கொடுத்து வருகிறது. இமாம் ஹூசைனின் தியாகத்தை நினைவு கூரும் இந்நாள்

India's Minister of Education, Abul Kalam Azad, with Dr. Mossadegh in Tehran: July 1951

சன்னி முஸ்லிம்களாலும் ஓரளவு கடைப்பிடிக்கப்படுகிறது. இந்த மொகரத்திற்கு இந்தியாவிலும் விடுமுறை அளிக்கப் படுகிறது. இந்தியாவின் லக்னோ, ஹைதராபாத் போன்றவை பாரசீகக் கல்வி மற்றும் கலாச்சார மையங்களாக வும் விளங்குகின்றன. ஷா பஹ்லவி நாட்டின் மன்னராக இருந்தபோது ஈரான் அமெரிக்காவுடன் நெருக்கமாகவும், இந்தியா அமெரிக்காவுக்குப் போட்டியாக விளங்கிய சோவியத் யூனியனுடன் நெருங்கியும் இருந்தது. சர்வதேச அணுசக்திக் கழகம் ஈரானுக்கு எதிராக நடவடிக்கை எடுக்கும்போது இந்தியா இந்நாட்டுக்கு எதிராக வாக்களித்தது. இவை போன்ற கசப்பான காலங்கள் தவிர இரு நாடுகளும் நல்ல உறவுடன் உள்ளன. இன்று ஈரானின் சாபஹார் துறைமுக திட்டப் பணிகளில் இந்தியா முனைப்புடன் ஈடுபட்டு வருகிறது.

பன்முகச் சிறப்பு :

மேலை நாடுகளின் நெருக்கடிகளுக்குப் பின்னரும் ஈரான் வேகமாக வளர்ந்து வரும் நாடு. எரிவாயு மற்றும் பெட்ரோலை

அதிக இருப்பைக் கொண்ட இது உயர் நடுத்தர வருமானம் உடையது. *2011* புள்ளி விவரப்படி இந்நாடு அறிவியல் வளர்ச்சியில் உலகின் 'நம்பர் ஒன்'. விளையாட்டிலும் இது ஜொலிக்கிறது. *1974* ஆசிய விளையாட்டுப் போட்டிகளை இந்நாடு நடத்தி *36* தங்க பதக்கங்களுடன் ஜப்பானுக்கு அடுத்தபடியாக இரண்டாம் இடத்தைப் பிடித்தது. *204* நாடுகள் பங்கு பெற்ற *2002* லண்டன் ஒலிம்பிக்கில் இதற்கு *17*ம் இடம். வரலாறு மற்றும் கலாச்சாரத்தையும் நாடு மறந்து விடவில்லை. *21* பிரசித்தி பெற்ற உலக புராதன மையங் களுடன் இது சீனா மற்றும் இந்தியாவுக்குப் பிறகு ஆசியாவில் மூன்றாம் இடத்தில் உள்ளது. மொத்தத்தில் ஈரான் ஒரு பன்முகச் சிறப்புப் பெற்ற நாடு.

☆☆☆

9

ஜோர்டான்

இஸ்ரேலாவும் பெருமைப்படுத்தப்பட்ட நாடு :

பெரும்பான்மையான அரபு நாடுகளுக்கு அவற்றின் பரம எதிரியான இஸ்ரேலுடன் நல்ல உறவு கிடையாது. ஆனால்

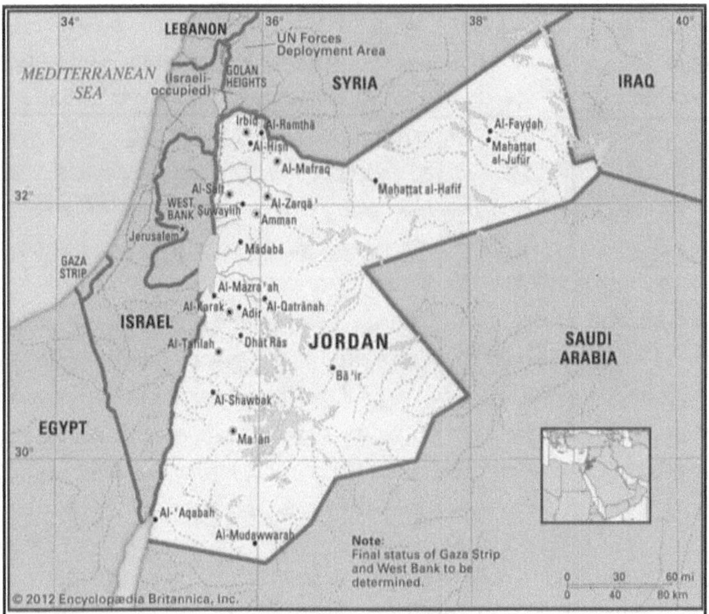

ஜோர்டான் வரைபடம்

அதனுடன் இப்போது சண்டையில்லாமல் இருக்கும் ஒரு சில நாடுகளுள் ஜோர்டானும் ஒன்று. 1994ம் வருடம் ஜோர்டானின் அப்போதைய மன்னர் ஹூசைனும், இஸ்ரேலின் பிரதமர் இட்சாக் ரபீனும் அமெரிக்க அதிபர் பில் கிளிண்டனின் முன்னிலையில் அமைதி ஒப்பந்தம் செய்து கொண்டபோது ஹூசைனைக் கௌரவிக்கும் விதமாக இஸ்ரேல் ஒரு தபால் தலைகூட வெளியிட்டது. பாலஸ் தீனியர்களுக்குச் சொந்தமான இடங்களில் இஸ்ரேல் குடியிருப்புக்களை அமைக்கக்கூடாது என்று 2016ம் ஆண்டின் இறுதியில் கூட ஐக்கிய நாடுகள் பாதுகாப்புச் சபையில் தீர்மானம் இயற்றப்பட்டது. இஸ்ரேலோ அதைக் கண்டு கொள்ளவே இல்லை. இப்பேர்ப்பட்ட இஸ்ரேலும் பெருமைப்படுத்திய நாடு ஜோர்டான்.

குலப்பெயரில் நாடு :

ஜோர்டான் ஒரு சமயத்தில் 'ட்ரான்ஸ்ஜோர்டான்' என்றழைக்கப்பட்டது. 'ட்ரான்ஸ்' என்றால் ஆங்கிலத்தில் குறுக்கே, அப்பால், எதிர்புறம் ஆகிய அர்த்தங்கள். ஜோர்டான் என்பது ஜோர்டானுக்கும், இஸ்ரேலுக்கும் இடையே ஓடும் ஒரு நதி. ஜோர்டான் என்ற சொல் அராபிக் மொழியின் 'யார்டன்' என்பதிலிருந்து வந்தது. யார்டன் என்றால் 'கீழே விழுவது அல்லது வருவது' என்று பொருள். இன்று நாட்டின் முழுப்பெயர் 'ஜோர்டான் ஹாஷிம் முடியரசு' என்பதாகும். இதை அரபியில் 'அல் மாம்லக் அல் உர்துனியா அல் ஹாஷிமியா' என்பர். அரபி மொழியில் நாட்டின் பெயர் நன்றாக இருக்கிறதா? ஹாஷிம் ஒரு குலப்பெயர். இக்குலம் முஹம்மது நபியின் கொள்ளுத்தாத்தா ஹாஷிம் என்பவரின் பெயரைத் தாங்கியுள்ளது. இக்குலத்தின் பெயர் யேமன், ஈராக் போன்ற நாடுகளில் நின்று விட்டாலும் ஜோர்டானில் மட்டும் இன்றுவரைத் தொடர்ந்து வழக்கில் உள்ளது.

நாட்டின் தலைநகர் அம்மான். இது கி.மு. 13ம் நூற்றாண்டில் இங்கு ஆண்ட அம்மானியர்களின் தலைநகராக இருந்ததால் அவர்களின் பெயராலேயே அம்மான்

என்றழைக்கப்பட்டது. பைபிள் இந்நகரை 'ரபாத் அம்மான்' என்கிறது. பின்னர் நாட்டை ஆண்ட ரோமானியர்கள் இதை 'ஃபிலடெல்பியா' என்றனர்.

குர்ஆனின் முதல் சூரா :

நாட்டின் கொடி இஸ்லாமிய சிந்தனையை அடிப்படையாகக் கொண்டது. மேலே கருப்பு, நடுவில் வெள்ளை மற்றும் கீழே பச்சை ஆகிய மூன்று நிறங்கள் வலது புறத்திலும், இம்மூன்று வண்ணங்களையும் தொட்டபடி ஒரு சிவப்பு நிற முக்கோணம் இடது புறத்திலும் காணப்படுகின்றன. இந்த முக்கோணத்தின் நடுவில் ஏழு முனைகளுடன் கூடிய ஒரு நட்சத்திரம் உள்ளது. கருப்பு, வெள்ளை மற்றும் பச்சை முறையே அப்பாஸி, உமையா மற்றும் ஃபாத்திமிய வம்சங்களுக்குரிய நிறங்களாகும். இவ்வண்ணங்கள் நாம் வாழும் உலகு, அமைதி, நம்பிக்கை ஆகியவற்றையும் குறிக்கின்றன. ஹாஷிம் குலத்தின் சிவப்பு நிறம் தைரியத்தைக் காட்டுவதோடு இந்த தைரியத்துடன் மேலே குறிப்பிட்ட மூன்றையும் பாதுகாக்க வேண்டும் என்றும் சொல்கிறது. குர் ஆனின் முதல் சூரா (அத்தியாயம்) 'சூரத்துல் பாத்திஹா'வில் உள்ள ஏழு வாக்கியங்கள்தான் கொடியில் நாம் காணும் நட்சத்திரங்களின் ஏழு முனைகள் ஆகும்.

லெவன்த் :

'நாகரீகத்தின் தொட்டில்' என்றழைக்கப்படுவது 'வளமான பிறை'ப்பகுதி. (வளமான பிறையைப் பற்றி 'ஈராக்' தலைப்பின் கீழ் ஏற்கனவே கூறப்பட்டுள்ளது). இத்தொட்டிலில் தவழ்ந்த நாடுகளுள் ஜோர்டானும் அடங்கும். ஜோர்டானுக்கு இன்னொரு சிறப்பும் உண்டு. துருக்கிக்கும், எகிப்துக்கும் இடைப்பட்ட கிழக்கு மத்திய தரைக்கடல் பகுதியை 'லெவன்த்' (Levant) என்கின்றோம். இந்த லெவன்த் பகுதியில் உள்ள

சைப்ரஸ், சிரியா, பாலஸ்தீனம் முதலிய நாடுகளைப் போல ஜோர்டானும் ஒன்றாகும்.

கைத்துப்பாக்கி :

ஜோர்டான் கைத்துப்பாக்கியைப் போன்ற தோற்றம் உடையதாக உள்ளது. ஆள்காட்டி விரல் மற்றும் நடுவிரல் நீங்கலாக மடக்கிய நிலையில் வலது கை வலப்புறம் நோக்கி எவ்வாறு இருக்குமோ அதைப்போன்றும் இந்நாடு தோற்றமளிக்கிறது. ஜோர்டானின் கிழக்கு மற்றும் தெற்கில் நீண்ட தூரத்துக்கு சவுதி அரேபியா, கிழக்கில் ஈராக், வடக்கில் சிரியா, மேற்கில் பாலஸ்தீனம் மற்றும் இஸ்ரேல் இதைச் சுற்றியுள்ள அண்டை நாடுகள்.

எளிதில் செல்லும் விதத்தில் ஆப்பிரிக்காவும், ஐரோப்பாவும்:

நாட்டின் தென் முனையில் அமைந்துள்ள அகபா விரிகுடா 26 கிலோ மீட்டர் நீளக் கடல் எல்லையைக் கொண்டுள்ளது. இந்த விரிகுடாவிலிருந்து சிறிது தூரம் தெற்கு நோக்கிப் பயணித்தால் செங்கடலை அடைந்து விடலாம். ஜோர்டானின் அகபா விரிகுடாவிலிருந்து மேற்கே குறுகிய தூரத்தில் உள்ளது ஆப்பிரிக்க நாடான எகிப்தின் சினாய் தீபகற்பம். ஆசியாவில் அமைந்துள்ள இந்தத் தீபகற்பம் எகிப்துடன் சேர்ந்திருக்கிறது. தலைநகர் அம்மானின் வடக்கு மற்றும் மேற்கில் இருப்பது மத்திய தரைக் கடல். இக்கடலைத் தாண்டினால் ஐரோப்பாவுக்கு வந்து விடலாம். ஆக ஆசியா கண்டத்தின் ஒரு விளிம்பில் இருக்கும் ஜோர்டான் ஆப்பிரிக்கா மற்றும் ஐரோப்பிய கண்டங்களுக்கும் எளிதில் செல்லும் விதத்தில் அமைந்துள்ளது.

ஜோர்டான் பள்ளத்தாக்கு :

90,000 சதுர கிலோ மீட்டர் பரப்பளவைக் கொண்ட ஜோர்டான் உலகின் 112 வது பெரிய நாடு. நாட்டை ஜோர்டான் பள்ளத்தாக்கு, பீடபூமிப் பகுதி, கிழக்குப்

ஜோர்டான் பள்ளத்தாக்கு

பாலைவனம் என முப்பெரும் பிரிவுகளாகப் பிரிக்கலாம். ஆப்பிரிக்காவின் பெரும் பிளவுப் பள்ளத்தாக்கின் (Great Rift Valley) ஒரு பகுதியே ஜோர்டான் பள்ளத்தாக்கு. லட்சக்கணக்கான வருடங்களுக்கு முன் பூமிக்கடியில் உள்ள அடுக்குகள் நகர்ந்ததால் ஏற்பட்டதுதான் இங்குள்ள பிளவுப் பள்ளத்தாக்கு. 380 கிலோ மீட்டர் நீளமுள்ள இப்பள்ளத்தாக்கு வடக்கில் யார்மோக் நதியிலிருந்து தொடங்கி தெற்கில் சாக்கடலில் முடிவடைகிறது. இங்கு பாயும் ஜோர்டான் நதி சிரியாவுக்கும் லெபனானுக்கும் இடைப்பட்ட எல்லைப் பகுதியில் அமைந்துள்ள ஹெர்மன் மலையில் தோன்றி, 'கலிலீ கடல்' என்ற திபிரியாஸ் ஏரி மற்றும் யார்மோக் நதியில் கலந்து முடிவில் சாக்கடலில் விழுந்து மறைகின்றது.

பீடபூமி மற்றும் பாலைவனம் :

மேட்டு நிலங்கள் நிறைந்த பீடபூமி ஜோர்டான் பள்ளத் தாக்குக்கும் கிழக்குப் பாலைவனத்துக்கும் இடைப்பட்டது. சராசரியாக 900 மீட்டர் உயரமுடைய இப்பீடபூமி றம் (Rum)

மலையில் மிகவும் உயரமாக 1,754 மீட்டரில் காட்சியளிக்கிறது. இந்தப் பீடபூமி பல இடங்களில் ஸ்டெப்பி புல்வெளிகளாகவே உள்ளது. மேலும் இப்பீடபூமிகளுக்கிடையே ஏராளமான பள்ளத்தாக்குகளையும், வாடிகளையும் பார்க்கலாம். ஜோர்டானின் கிழக்கு மற்றும் தெற்கில் காணப்படுவது பாலைவனம். இது நாட்டின் முக்கால் பங்குக்கும் கூடுதலான இடத்தைக் கொண்டது. எனினும் இப்பாலைவனத்தின் பெரும்பான்மையான பகுதி சிரியா, ஈராக் மற்றும் சவுதி அரேபியாவில்தான் உள்ளது. இந்நாட்டில் அமைந்த இந்தப் பாலைவனத்தின் வட பகுதி லாவா என்ற எரிமலைக் குழம்பும், பாசால்ட் எனப்படும் எரிமலைப் பாறைகளும் நிறைந்தது. இதன் தென் பகுதி மணலும், கருங்கல்லும் கொண்டது.

மிதக்கலாம் கடலில் :

நாட்டின் காலநிலை பொதுவாக வெப்பமாக இருந்தாலும் மேற்குப் பகுதியில் பசுமை மாறாத காடுகளுடன்

சாக்கடலில் மிதந்து கொண்டே செய்தித்தாள் வாசிக்கும் ஒருவர்

அருமையான மத்தியத் தரைக் கடல் கால நிலை நிலவுகிறது. நாட்டிலேயே மிகவும் உயரமான இடம் தெற்கு ஜோர்டானின் பனிப்பொழிவு மிக்க 'ஜபல் உம்மல் டாமி'. இம்மலையின் உயரம் *1,854* மீட்டர். நாட்டின் மிகவும் தாழ்வான இடம் 'சாக்கடல்' (Dead Sea). *423* மீட்டர் ஆழமுடைய இது உலகின் மிகவும் தாழ்வான இடமும் ஆகும். இக்கடலை ஹீப்ரு மொழியில் 'லாத்தின் கடல்' என்கின்றனர். பைபிளில் உப்புக் கடல், கிழக்குக் கடல், சமவெளிக் கடல் என்றும் இது அழைக்கப்படுகிறது. இதில் உள்ள உப்பு பிற கடல்களை விட எட்டு அல்லது ஒன்பது மடங்கு அதிகமாக இருப்பதால் பாக்டீரியா போன்ற நுண்ணுயிர்கள் தவிர்த்து வேறு எந்த உயிரினங்களும் வாழ முடியாது. ஆனால் மருத்துவ குணம் நிறைந்தது. இக்கடலின் நீர் மிகவும் அடர்த்தியாக இருப்பதால் இங்கு நீச்சல் அடிக்கத் தேவையில்லை. கைகால்களை நீட்டினாலே போதும், நாம் மிதக்கலாம். அவ்வாறு மிதந்து கொண்டே பலர் புத்தகம் படிப்பதும் அல்லது வேறு ஏதாவது செய்வதும் நாம் இங்கு காணும் வேடிக்கையான காட்சிகள்.

பழங்கால அரசுகள் :

ஜோர்டானின் வரலாற்றில் கணிசமான பகுதி இஸ்ரேலுடன் இணைந்துள்ளது. ஏனெனில் இரு நாடுகளும் பாலஸ்தீனம் என்று வரலாற்று ரீதியாக அழைக்கப்படும் நிலப்பரப்பின் சில பகுதிகளையே தங்கள் நிலப்பரப்பாகக் கொண்டுள்ளன. இனி நாம் ஜோர்டானின் வரலாற்றுக்கு வரலாம். ஆதம் (Adom), மோப், ஆமோன், இஸ்ரேல், அமலகைட் போன்றவைதான் முதலில் இங்கிருந்த அரசுகள். அப்போது இங்குள்ளவர்கள் கானான் மொழியைப் பேசினர். அடுத்து இங்கு ஆட்சி செய்தவர்கள் அக்காடியர், பழங்கால எகிப்தியர், அசிரியர், புதிய பாபிலோனியர், ஆக்கமீனியர் ஆகியோர். இவர்களின் காலத்தில் அராமிக் அதிகமாகப் பேசப்பட்டது. முஸ்லிம்களின் 'ஈசா நபி' என்ற ஏசுபிரான் பேசிய மொழி அராமிக்.

பின்னர் நாட்டை ஆண்டவர்கள் பாரசீகர், நபாத்தியர், கிரேக்கர், ரோமானியர், யூதர், பார்த்தியர், சசேனியர் முதலியோர். இவர்களில் அதிக காலம் ஆண்ட நபாத்தியர் மிகவும் புகழ் பெற்றவர்கள். இவர்கள் அராமிக் மொழியைச் சார்ந்து நபாத்தியன் என்ற ஒரு புது மொழியைக் கொண்டு வந்தனர். இந்த நபாத்தியன் மொழி பின்னர் திரிந்து இப்போது இங்கு பேசப்படும் அரபி மொழியாயிற்று. கி.பி. 63 – 64ல் நபாத்தியர்களை வென்றவர் ரோமின் பாம்பே (Pompey). கிரேக்கர்கள் மற்றும் ரோமானியர்களின் ஆட்சியில் நாட்டில் வணிகம் வளர்ந்ததுடன் பல நகரங்களும் உருவாக்கப்பட்டன. ரோமானியர்கள் கிறிஸ்துவ மதத்தை நாட்டின் மதமாக அறிவித்ததோடு பல தேவாலயங்களையும் கட்டினர்.

யார்மோக் போர் :

'இஸ்லாத்தின் வாள்' எனப்படுபவர் காலீது இப்னு வாலீது. இவர் கி.பி. 636ல் யார்மோக் நதியருகில் நடந்த 6 நாள் போரில் தன்னைவிட மூன்று மடங்கு அதிகமான ஆர்மீனிய மன்னர் மஹன் தலைமையிலான பைஸாந்தியர் களின் படைகளை வெற்றி கண்டு இங்கு இஸ்லாமிய ஆட்சியை நிலை பெறச் செய்தார். இவ்வெற்றியே சிரியா மற்றும் பாலஸ்தீனில் முஸ்லிம்கள் முழுமையாக வெற்றிபெற ஏதுவாக இருந்தது. இஸ்லாமிய அரசின் தலைமையிடமாக டமாஸ்கஸ் மாறியபோது அதன் அருகிலிருந்த ஜோர்டானும் சில நூற்றாண்டுகள் புகழ் பெற்றதாகவும், வளமுடையதாகவும் விளங்கியது. தலைமையிடம் பாக்தாத்துக்கு மாற்றப்பட்டதும் ஜோர்டான் களையிழந்தது. கலீபாக்களின் ஆட்சிக்குப் பிறகு மங்கோலியர்கள், அய்யூபிகள், மாம்லுக்குகள் போன்றோரும் நாட்டை ஆண்டனர்.

பெரும் அரபுக் கிளர்ச்சி :

கி.பி. 16ம் நூற்றாண்டில் தொடங்கி 20ம் நூற்றாண்டின் முற்பகுதி முடிய உதுமானியப் பேரரசு நாட்டை ஆண்டது. முதல் உலகப்போரில் ஜெர்மனிக்கு ஆதரவாக இருந்த

இப்பேரரசுக்கு எதிராக மக்காவின் ஷெரீப் ஹூசைன் தலைமையில் 'பெரும் அரபுக் கிளர்ச்சி'க்காரர்கள் என்ற அமைப்பு போரிட்டு வெற்றியும் கண்டது. ஹூசைனின் மகன் 1921ல் ட்ரான்ஸ்ஜோர்டானின் அமீர் ஆனார். அடுத்த ஆண்டு செப்டம்பர் மாதம் சர்வதேச சங்கம் (League of Nations) நாட்டை அங்கீகரிக்கவும் செய்தது.

பிரச்சினைகளுக்குப் பின் சுதந்திரம் :

நாடு சில பிரச்சினைகளை எதிர்கொள்ள வேண்டிய தாயிற்று. சவுதி அரேபியாவின் நஜத் பகுதியிலிருந்து வஹாபிகளின் ஊடுருவல் ஒருபுறம், உள்நாட்டில் குராவின் உள்ளூர்வாசிகள், சுல்தான் அத்வான் முதலிய கிளர்ச்சிக் காரர்களின் எதிர்ப்பு இன்னொரு புறம். ஜோர்டானின் தென் பகுதி ஹெஜாஸ் ஹாஷிம் முடியரசின் ஒரு பாகமாக இருந்தது. மேலும் பாலஸ்தீனம் பிரிட்டனுக்கும், சிரியா பிரான்சுக்கும் வழங்கப்பட்ட வேளையில் ஜோர்டான் சிறிது காலம் யாருக்கும் இல்லாத நாடாகக் (No Man's Land) காணப்பட்டது. எப்படியோ பிரிட்டனின் உதவியோடு பிரச்சினைகளைச் சமாளித்து 25.5.1946ல் சுதந்திர நாடானது. நாட்டின் பெயரும் ட்ரான்ஸ்ஜோர்டான் என்பதிலிருந்து வெறும் ஜோர்டான் என்றாகியது. அமீர் என்பதற்குப் பதிலாக மன்னர் என்ற பட்டத்துடன் முதலாம் அப்துல்லா சுதந்திர நாட்டின் முதல் மன்னரும் ஆனார்.

மேற்குக் கரை :

அரபு நாடுகளுக்கும், இஸ்ரேலுக்கும் எப்போதுமே ஒத்து வராது. அரபு நாடுகளில் ஒன்றான ஜோர்டான் புதிதாகத் தோற்றுவிக்கப்பட்ட இஸ்ரேலுடன் மூன்று தடவை மோதி யுள்ளது. 1948ல் நடந்த சண்டையில் இது பாலஸ்தீனுக்குச் சொந்தமான மேற்குக் கரையை (West Bank) ஆக்கிரமித்துக் கொண்டு இரு வருடங்களுக்குப் பிறகு தனது நாட்டுடன் சேர்த்துக் கொண்டது. இச்செயல் சவுதி அரேபியா, லெபனான் முதலிய பக்கத்து நாடுகளுக்குப் பிடிக்கவில்லை.

எகிப்து ஜோர்டானை அரபு நாடுகள் அமைப்பிலிருந்து நீக்க வேண்டும் என்று சொன்னது. நல்ல வேளையாக யேமன் மற்றும் ஈராக்கின் தலையீட்டால் அவ்வாறு நடக்காமல் போயிற்று. 1951ம் ஆண்டு மன்னர்அப்துல்லா அல் அக்ஸா பள்ளிவாசலில் இருந்து இறங்கிச் செல்லும்போது ஒரு பாலஸ்தீனியரால் சுட்டுக் கொல்லப்பட்டார்.

1967 மற்றும் 1973 அரபு - இஸ்ரேல் போர்கள் :

1967ல் இஸ்ரேலுக்கும், அரபு நாடுகளுக்கும் இடையே நடந்த ஆறு நாள் போரில் ஜோர்டான் மேற்குக் கரையை இஸ்ரேலுக்குப் பறிகொடுத்தது. இதனால் கோபமடைந்த 'ஃபிதாயீன்' என்ற பாலஸ்தீனப் போராளிகள் குழு இந்நாட்டை எதிர்த்தபோது பல பாலஸ்தீனியர்கள் நாட்டை விட்டு வெளியேற்றப்பட்டனர். இந்நிகழ்வு 'கறுப்பு செப்டம்பர்' என்றழைக்கப்படுகிறது. அடுத்து சிரியா வடக்கு ஜோர்டானில் தன் டாங்கிகளை அனுப்பி ஆக்கிரமிப்புச் செய்ய ஆரம்பித்தவுடன் இந்நாடு அமெரிக்காவையும், பிரிட்டனையும் உதவிக்கு அழைத்தது. இதைக் கண்ட சிரியா தனது படைகளை இங்கிருந்து திரும்பப் பெற்றது. 1973ல் இஸ்ரேலுடன் ஏற்பட்ட சண்டையில் அரபு நாடுகள் ஓரளவு தாக்குப்பிடித்தன. இதில் சிரியாவுக்கு உதவுவதற்காக ஜோர்டான் ஒரு படைப்பிரிவையும் அனுப்பி வைத்தது. பின் நடந்த பேச்சுவார்த்தைகளின்படி மேற்குக் கரை பாலஸ்தீனுக்குச் சொந்தம் என்று இது ஒப்புக் கொண்டது. 1994ல் ஜோர்டானும், இஸ்ரேலும் ஒரு முழு அமைதி ஒப்பந்தம் செய்து கொண்டன.

பாறைகளில் ரோஜா நகர் :

ஜோர்டானில் எண்ணற்ற வரலாற்றுச் சிறப்புமிக்க இடங்களைக் காணலாம். நபாத்தியர்களின் தலைநகராக விளங்கிய பெட்ரா இன்று உலகின் ஏழு அதிசயங்களில் ஒன்று. "காலத்தைப் போன்று இந்த சிவப்பு ரோஜா நகரும் பழமையானது" என்று ஜாண் வில்லியம் பர்கான் கூறுகிறார்.

பெட்ரா - யுனெஸ்கோ பாரம்பரிய களம்

கி.மு. 4ம் நூற்றாண்டு காலகட்டத்தில் நாட்டின் தென்மேற்கில் ஒரு செங்குத்தான இளஞ்சிவப்பு நிறப் பாறைகளினூடே செதுக்கப்பட்டது இந்நகர். 'பெட்ரா' என்றால் பண்டைய கிரேக்க மொழியில் பாறை அல்லது கல் என்று அர்த்தம். 'சிக்' என்ற ஒரு இடுங்கிய செங்குத்தான பள்ளத்தாக்கு, பிரமிப்பூட்டும் அல் கஸ்னா எனப்படும் கருவூலம் (ஒரு நபாத்திய மன்னனின் சமாதிக்காக செதுக்கப்பட்ட இதில் ஓர் எகிப்திய ஃபாரோ மன்னன் தனது பொக்கிஷத்தை இங்கு மறைத்து வைத்திருக்கலாம் என்ற கதையின் அடிப்படையில் இப்பெயர் வந்தது), திறந்தவெளி அரங்கு (Amphitheatre). சிலைகள், மடாலயம், பலி பீடம், பைஸாந்தியர் காலம் தேவாலயங்கள் என ஏராளமான நினைவுச் சின்னங்களை இங்கு பார்க்கலாம்.

ரோமானியச் சிதைவுகள் :

ஜெரஷ் நகர் நாட்டின் வடமேற்கில் அமைந்துள்ளது. இது காலத்தை வென்று நிற்கும் பல ரோமானியச் சிதைவுகள் நிறைந்தது. கி.பி. 129ல் கட்டப்பட்ட 'வெற்றி வளைவு' என்ற

'ஹீட்ரியனின் வளைவு' (Hadrian Arch) பேரரசர் ஹீட்ரியன் இந்நகருக்கு வருகை தந்தற்காக எழுப்பப்பட்டது. இதன் பின்னால் காணப்படுவது 'ஹிப்போட்ரோம்' எனப்படும் பிரமாண்ட திறந்தவெளி மைதானம். இங்கு 15,000 பேர் பார்க்கும் வகையில் ரதப் போட்டிகள் (Chariot Race) நடைபெற்றன. இரு திறந்த வெளி அரங்குகள், பல தூண்களைக் கொண்ட முட்டை வடிவ 'ஓவல் ஃபோரம்', கிரேக்கக் கோயில்கள், கிறிஸ்துவ ஆலயம் போன்றவை இந்நகரில் நாம் காணும் பிற அற்புதங்கள். பெட்ரா மற்றும் ஜெரஷ் போன்று 'கதா' என்ற உம்மல் கைஸ், கரக், அல் சல்த், அம்மான் முதலிய பிரசித்தி பெற்ற நகரங்களும் ஜோர்டானில் உள்ளன.

உயர் நடுத்தர வருமானம் :

கோதுமை, பார்லி, முந்திரி, எலுமிச்சை முதலியவை ஜோர்டானில் அதிகமாகக் கிடைக்கும் வேளாண் பொருட்கள். கூடுதலாகக் காணப்படும் பாஸ்பேட், பொட்டாஷ் ஆகியவற்றுடன் சுண்ணாம்புக் கல், மார்பிள், டோலமைட், ஜிப்சம், எரிவாயு போன்ற கனிமங்களும் கிடைக்கின்றன. செம்பு, யுரேனியம், மிருதுவான பாறைகளிலிருந்து எடுக்கப்படும் 'ஷேல்' எண்ணெய் முதலியவை அனேகமாக தொடப்படாமலேயே உள்ளன. இங்குள்ள ஆன்மீக மற்றும் வரலாற்றுப் புகழ்மிக்க இடங்கள் மட்டுமல்லாமல் சாக்கடல், அகபா, வாடி ரம், பாலைவனக் கோட்டைகள் போன்ற பொழுது போக்கு மையங்களுக்கும் சுற்றுலாப் பயணிகள் பெருமளவில் வருகின்றனர். இந்நாடு சர்வதேச அளவில் ஒரு முன்னணி மருத்துவ மையமாக இருப்பதால் நூற்றுக்கும் மேற்பட்ட நாடுகளிலிருந்து மருத்துவ வசதி வேண்டி மக்கள் இங்கு படையெடுக்கின்றனர். சுற்றுலா மூலம் கிடைக்கும் 4½ அமெரிக்க பில்லியன் டாலரில் 1 பில்லியன் மருத்துவச் சுற்றுலாவின் பங்காகும். இஸ்ரேலுடன் மோதல் போக்கு இல்லாததால் இது அமெரிக்க உதவியையும் பெறுகிறது. மொத்தத்தில் ஜோர்டான் ஓர் உயர் நடுத்தர வருமானமுடைய நாடு.

நல்ல நிலையில் கிருஸ்துவர்கள் :

நாடு ஆளுநர்களால் ஆளப்படும் 12 மாநிலங்களாகப் பிரிக்கப்பட்டு அவை மொத்தம் 54 'நஹியா' எனப்படும் மாவட்டங்களைக் கொண்டுள்ளன. ஜோர்டான் மன்னராக இரண்டாம் அப்துல்லாவும், பிரதமராக ஹனி அல் முல்கியும் உள்ளனர். 1 கோடிக்கும் சற்றுக் குறைவான பேர் வசிக்கும் இங்கு அரபுகள் பெரும்பான்மையான இனத்தினர். ஆர்மீனியர், சிர்காசியன், பெடோயின் போன்றோர் பிற இனத்தினர். 92 சதவீத முஸ்லிம்களும், 6 சதவீத கிறிஸ்துவர் களும், மீதம் இதர சமயங்களைச் சேர்ந்தவர்களும் உள்ளனர். முஸ்லிம்களில் பெரும்பாலானோர் சன்னிகள். அரபி மொழி பேசும் இங்குள்ள கிறிஸ்துவர்களில் பெரும்பான்மையோர் கிரேக்க வைதீகப் பிரிவினர். கிறிஸ்துவர்களுக்கு இரு காபினெட் அமைச்சர் பதவிகளும், 150 உறுப்பினர்கள் அடங்கிய பாராளுமன்றத்தில் 9 இடங்களும் ஒதுக்கப்பட் டுள்ளன. நாட்டின் பெரும் வணிகங்களிலும், ஊடகங்களிலும் ஆதிக்கம் செலுத்துபவர்கள் கிறிஸ்துவர்கள்.

முஸ்லிம்களின் மூன்றாவது புனித இடம் :

மக்கா மற்றும் மதீனாவுக்குப் பிறகு முஸ்லிம்களுக்கு மிகவும் புனிதமான இடம் ஜெருசலேம். இங்குதான் அல்

அல் கஸ்னா (பாறைகளில் ரோஜா நகர்)

அக்ஸா பள்ளிவாசல் (Al Aqsa) மற்றும் பாறையின் மேலுள்ள கும்மட்டம் (Dome of the Rock) உள்ளன. புனித இடங்களான மக்காவையும், மதீனாவையும் முதலாம் அப்துல்லாவின் தந்தையார் ஹூசைன் சவுதி மன்னர் சௌதிடம் இழந்தார். இவற்றிற்குப் பதிலாகத்தான் அல் அக்ஸா பள்ளிவாசல் போன்ற புதிய இடங்கள் ஜோர்டானுக்கு வழங்கப்பட்டதாம். இப்போது பாறையின் மேலுள்ள கும்மட்டம் உள்ள அல் அக்ஸா வளாகம் இஸ்ரேலின் கட்டுப்பாட்டில் இருந்தாலும் இதன் பராமரிப்பு ஜோர்டானாலேயே மேற்கொள்ளப்படுகிறது.

வேறு பெயர்கள் :

பழைய ஜெருசலேம் நகரின் 'மேன்மையான புனித இடம்' என்ற 'ஹரம் அல் முகத்தஸ்' வளாகம் 35 ஏக்கர் பரப்பிலானது. ஓரளவுக்கு இதன் நடுவில் இருப்பது தங்க கும்மட்டத்துடன் கூடிய பாறை. இவ்வளாகத்தின் தெற்கு மூலையில் காணப்படுவது கருப்பு நிற கும்மட்டத்துடன் உள்ள அல் அக்ஸா மசூதி. இது 'தூரத்து மசூதி' என்ற பொருளுடையது. இது மக்காவிலிருந்து மேற்கு நோக்கித் தூரமாக இருந்ததால் இதற்கு இப்பெயர். இதை 'கிப்லா பள்ளிவாசல்' என்றும் அழைப்பர். முதலில் இப்பள்ளி வாசலை நோக்கித் தொழுததால் இப்பெயர் வந்தது.

மசூதியின் வரலாறும், சிறப்பும் :

முதலில் பாபிலோனியர்களாலும், பின்பு ரோமானியர்களாலும் அழிக்கப்பட்ட இவ்விடத்தில் கலீபா உமர் மரத்தாலான ஒரு சிறிய மசூதியை உருவாக்கினார். பின்னர் விரிவாக்கப்பட்ட இந்த மசூதி நான்கு பூகம்பங்களையும், மனிதனால் ஏற்படுத்தப்பட்ட ஒரு தீ விபத்தையும் கண்டது. சிலுவைப் போரின்போது (Crusades) மசூதி அரண்மனையாகவும், பாறையிலிலுள்ள கும்மட்டம் கிறிஸ்துவ ஆலயமாகவும் மாற்றப்பட்டதை மன்னர் சலாவுத்தீன் திரும்பவும் அவற்றைப் பழைய நிலைக்குக் கொண்டு வந்தார். அல் அக்ஸா பள்ளிவாசலில் தொழுதுவிட்டு கும்மட்டமுள்ள பாறையிலிருந்துதான் முஹம்மது நபி சொர்க்கத்துச் சென்றார்

என்பது முஸ்லிம்களின் நம்பிக்கை. முஸ்லிம்களால் ஏற்படுத்தப்பட்ட முதல் கும்மட்டம் இதுவே.

புலம்பும் சுவர் :

அல்–அக்ஸாவுக்கு யூதர்களும் உரிமை கொண்டாடு கின்றனர். இவ்வளாகத்தின் மேற்குச் சுவரை இவர்கள் 'புலம்பும் அல்லது அழும் சுவர்' (Wailing Wall) என்கின்றனர். இச்சுவருக்கு அருகில் இருந்த கோவிலைத்தான் பாபிலோனியர்கள் அழிக்கவும், ரோமானியர்கள் எரிக்கவும் செய்தனர். எனவே புதிதாகக் கோவிலைக் கட்டுவோம் என்று கூறிக்கொண்டு *1967*ல் இங்கு நுழைந்த இஸ்ரேல் ராணுவம் ஒரு சிறு மசூதியுடன் கூடிய 'மொராக்கோ பகுதி'யை (Morocco Quarter) இடித்துவிட்டு புதிதாக ஒரு தனிப்பகுதியை அமைத்துக் கொண்டது.

ஏசுவின் ஞான ஸ்நானம் :

கிறிஸ்துவர்களின் புனித இடங்கள் ஜோர்டானில் ஏராளம் உள்ளன. இருப்பினும் அவற்றில் இரண்டை மட்டும்

ஏசுபிரான் ஞானஸ்தானம் பெற்ற அல் மக்தாஸ்

சொல்லித்தான் ஆகவேண்டும். முதல் இடம் 'அல் மக்தாஸ்'. ஜெரிக்கோ நகரிலிருந்து 10 கிலோ மீட்டர் தொலைவில் ஜோர்டான் நதியின் கிழக்குக் கரையோரம் அமைந்தது இவ்விடம். மக்தாஸ் என்றால் அரபியில் 'ஞான ஸ்நானம்' என்று அர்த்தம். சிதைந்த நிலையில் நாம் இன்று காணும் இங்குதான் ஏசுபிரான் ஞான ஸ்நானம் பெற்றார். தீர்க்கதரிசிகளான எலிஜாவும், எலிஷாவும் இங்கிருந்து ஒரு நெருப்பு ரதத்தில் ஏறி சொர்க்கத்துக்குச் சென்றதாக பைபிளின் பழைய ஏற்பாடு சொல்கிறது. இத்தனைச் சிறப்புக்களுக்குரிய அல் மக்தாஸ் ஓர் உலக பாரம்பரிய மையமும் ஆகும்.

தலை வெட்டப்பட்ட புதிய யோவான் :

இரண்டாவது இடமும் ஞான ஸ்நானத்துடன் தொடர்புடையது. யேசுவுக்கு ஞான ஸ்நானம் வழங்கிய புனித ஜாண் உயிரை மாய்த்தது 'முவாகிர்' என்ற இடத்தில் என்று பலர் நம்புகின்றனர். இங்குள்ள ஒரு குன்றில்தான் அவர் தலை வெட்டப்பட்டு உயிர்விட நேர்ந்தது. அத்தலை கான்ஸ்டான்டிநோபிள் போன்ற இடங்களுக்கு எடுத்துச் செல்லப்பட்டு கடைசியில் ஓரிடத்தில் அடக்கம் செய்யப்பட்டது. 'யஹ்யா நபி' என்ற அவரின் தலை சிரியாவில் அடக்கம் செய்யப்பட்டது என்பது முஸ்லிம்களின் நிலைப்பாடு.

நட்புடன் இந்தியா :

இந்தியாவும், ஜோர்டானும் நட்பு நாடுகளாக உள்ளன. 10,000க்கும் மேற்பட்ட இந்தியர்கள் இந்நாட்டில் கட்டுமானம், கல்வி, சுகாதாரம் முதலிய துறைகளில் பணிபுரிகின்றனர். சிறிய நாடானாலும் சமயம் மற்றும் வரலாற்றுடன் தொடர்புடைய பல இடங்கள் இங்கிருப்பதால் அவற்றைப் பார்ப்பதற்காகவும் ஆயிரக்கணக்கான இந்தியர்கள் இங்கு வருகின்றனர். 2010ம் ஆண்டில் மட்டும் 50,000 பேர் இங்கு வந்தனர். அதுபோல ஜோர்டானைச் சேர்ந்த 500 க்கும் மேற்பட்ட மாணவர்கள் நம் நாட்டில் கல்வி பயில்கின்றனர். இரு நாட்டுத் தலைவர்களும் பரஸ்பரம் வருகை தந்துள்ளனர். 2006ல்

ஜோர்டானில் பிரணாப் முகர்ஜி

ஜோர்டான் மன்னர் அப்துல்லா இந்தியாவுக்கு வந்ததைப் போன்று 2015ல் நம் முன்னாள் குடியரசுத் தலைவர் பிரணாப் முகர்ஜி ஜோர்டானுக்குச் சென்றார். வர்த்தக ரீதியாகவும் இரு நாடுகளுக்கிடையே தொடர்புண்டு. எந்திரங்கள், பருப்பு வகைகள், வேதியியல் பொருட்கள் போன்றவை 382 மில்லியன் அமெரிக்க டாலர் அளவுக்கு (2010 கணக்குப்படி) இந்தியாவிலிருந்து ஏற்றுமதியாகின்றன. நமது ஏற்றுமதிக்கு இரு மடங்காக ஜோர்டானிலிருந்து செயற்கை உரங்கள், பாஸ்பேட் முதலியவை நம் நாட்டுக்கு இறக்குமதி செய்யப்படுகின்றன.

கனவுத் திட்டங்கள் :

ஜோர்டான் கல்விக்காகவும், சுகாதாரத்துக்காகவும் பெருந்தொகையைச் செலவு செய்கிறது. எனவே நாட்டு மக்களில் நூற்றுக்கு தொண்ணூற்றி ஐந்துக்கும் அதிகமானவர்கள் கற்றவர்களாகவும், மக்களின் சராசரி ஆயுட் காலம் எழுபத்தி ஐந்தாகவும் உள்ளது. மனித உரிமைகள் மற்றும் பாதுகாப்பைப் பொறுத்தவரை இந்நாடு மத்திய ஆசியாவில் உயரிய நிலையில் இருக்கிறது. பாசனத்துக்காக அதிகமான நீர் எடுக்கப்படுவதால் சாக்கடலில் வந்து சேரும்

நீர் குறைந்து வருகிறது. எனவே செங்கடலிலிருந்து நீரைக் கொண்டு வந்து அதைச் சாக்கடலில் விட்டு பின் நன்னீராகப் பயன்படுத்தும் இஸ்ரேலுடனான மெகா திட்டம் ஜோர்டானின் கையில் உள்ளது. மேலும் சிரியாவுடன் யார்மோக் நதி நீரைப் பயன்படுத்தும் வஹ்தா அணைத் திட்டம், சிரியா மற்றும் எகிப்துடன் மின்சாரம் பங்கிடுவது குறித்த திட்டம் ஆகியவற்றைச் செயல்படுத்துவதிலும் ஜோர்டான் ஆர்வமாக இருக்கிறது. ஆனால் நிதி நெருக்கடி, பக்கத்து நாடுகளில் நிலவும் நிச்சயமற்ற நிலை மற்றும் அங்கிருந்து வரும் அகதிகள் போன்றவற்றால் இத்திட்டங்கள் இன்னும் கனவுகளாகவே உள்ளன.

☆☆☆

10

கஸக்ஸ்தான்

1400 அணு ஆயுதங்களும், உலகின் முதல் விண்வெளி நிலையமும் :

"ஈரான் தனது யுரேனியம் செறிவூட்டுதலை நிறுத்தினால் அந்நாட்டால் அணு ஆயுதங்கள் தயாரிக்க முடியாது. எனவே

கஸக்ஸ்தான் வரைபடம்

அதன் அணு சக்தித் திட்டங்கள் ஆய்வுக்கு உட்படுத்தப்பட வேண்டும்." என்றார் முன்னாள் அமெரிக்க அதிபர் ஒபாமா.

பாகிஸ்தான் முதன் முதலில் அணுகுண்டு வெடித்ததும் அதை 'இஸ்லாமிய அணு குண்டு' என்று சொன்னார் லிபியாவின் மறைந்த அதிபர் கடாபி. பாருங்கள் இந்த அணு ஆயுதங்களுக்குத்தான் எத்தனை மவுசு. ஒன்றல்ல, இரண்டல்ல, தன்னிடமிருந்த 1400க்கும் மேற்பட்ட அணு ஆயுதங்களை சோவியத் யூனியன் பிரிந்த பிறகு கஸக்ஸ்தான் ரஷ்யாவுக்குத் திரும்பக் கொடுத்தது. உலகிலேயே முதன் முதலாக ஏற்படுத்தப்பட்டதும், பெரியதும் ஆன விண்வெளி நிலையமும் கஸக்ஸ்தானிலேயே உள்ளது. பைகானூரில் அமைந்த இவ்விண்வெளி நிலையம் மற்றும் அதைச் சுற்றியுள்ள இடத்தை குத்தகைக்கு எடுத்து ரஷ்யா பயன்படுத்தி வருகிறது.

சுதந்திரமான நாடு :

'கஸக்' என்றால் சுதந்திரமான அல்லது அலைந்து திரியக்கூடிய என்றும் 'ஸ்தான்' என்பது நாடு அல்லது இடம் என்றும் பொருள். முதலில் நாட்டின் தலைநகராக இருந்தது அல்மாட்டி. டியான் ஷன் மலையடிவாரத்தில் அமைந்த இது ஓர் அழகிய நகராகும். அல்மாட்டி என்பது 'ஆப்பிள்கள் நிரம்பியது' என்று கஸக் மொழியில் அர்த்தம் கொண்டது. ஆப்பிள் மரங்கள் அதிகமாக வளரும் இப்பகுதியில்தான்

ஆப்பிள் தோன்றியது என்ற கருத்தும் நிலவுகிறது. இன்று அஸ்தானா நாட்டின் தலைநகராக உள்ளது. அஸ்தானா என்றால் 'தலைநகரம்' என்று பொருள். மங்கோலியாவின் உலான் பேட்டருக்கு அடுத்தபடியாக இது உலகின் மிகவும் குளிரான தலைநகரும், நன்கு திட்டமிட்டு உருவாக்கப்பட்ட நகரும் ஆகும். நம் நாட்டின் தலைநகர் டில்லியை புது டில்லி என்றும், பழைய டில்லி என்றும் அழைப்பது போன்று இந்நாட்டின் தலைநகரையும் பழைய நகர் என்றும், புதிய நகர் என்றும் அழைக்கின்றனர். இந்நகரில் பாயும் ஈஷிம் நதியின் வடபுறம் உள்ள பகுதிக்கு பழைய அஸ்தானா என்றும், தென்புறம் உள்ள பகுதிக்கு புதிய அஸ்தானா என்றும் பெயர்.

நீலக்கொடி :

கஸக்ஸ்தான் கொடி

கொடியின் நிறம் இளம் நீலம். இதன் இடது ஓரத்தில் குறுக்காக செம்மறி ஆட்டின் கொம்பு வடிவ அலங்கார வேலைப் பாடும், மீதி உள்ள இடத்தின் நடுவில் தானிய வடிவ 32 கதிர்கள் அடங்கிய சூரியனும், அதன் அடியில் ஒரு பறக்கும் கழுகும் உள்ளன. அலங்கார வேலைப்பாடு, சூரியன் மற்றும் கழுகு தங்க நிறத்தினால் ஆனவை. நீலம் ஆகாயம் மற்றும் நீரையும், தங்க நிறம் பிரகாசத்தையும், அலங்கார வேலைப் பாடு நாட்டு மக்களின் கலை மற்றும் கலாச்சாரத்தையும், தானிய வடிவ கதிர்கள் கொண்ட சூரியன் வாழ்க்கையின் ஆதாரம் மற்றும் செழிப்பையும், பறக்கும் பறவை சுதந்திர வேட்கை, சக்தி மற்றும் எதிர்காலத்தை நோக்கிய பயணத்தையும் காட்டுகின்றன.

மிகப்பெரிய முஸ்லிம் நாடு :

27,24,900 சதுர கிலோ மீட்டர் பரப்புடைய கஸக்ஸ்தான் உலகிலேயே ஒன்பதாவது பெரிய நாடு ஆகும். உலகின் மிகப்பெரிய நாடான ரஷ்யாவும், இரண்டாவது நாடான சீனாவும் இதைச் சூழ்ந்துள்ளன. இவை தவிர கிர்கிஸ்தான், உஸ்பெகிஸ்தான், துர்க்மெனிஸ்தான் ஆகியவையும் இதனுடன் எல்லைகளைப் பகிர்ந்துள்ளன. மத்திய ஆசியாவின் ஐந்து நாடுகளில் ஒன்றான கஸக்ஸ்தான் மற்ற நான்கு நாடுகளை விட இரு மடங்கு பெரியதாகவும், மேற்கு ஐரோப்பாவுக்குச் சமமாகவும் உள்ளது. இந்நாட்டின் பெரும்பகுதி மத்திய ஆசியாவில் இருந்தாலும் யூரல் மலையின் மேற்கிலுள்ள சிறிய பகுதி கிழக்கு ஐரோப்பாவிலும் கிடக்கிறது. முஸ்லிம்கள் பெரும்பான்மையாக வாழும் நாடுகளிலேயே உலகின் மிகப்பெரிய நாடும், நிலத்தால் சூழப்பட்ட நாடுகளிலேயே மிகப்பெரிய நாடும் இதுவேயாகும். கஸக்ஸ்தானின் சில பகுதிகள் சீனாவின் ஸின்ஜியாங் மாகாணத்துக்கும், உஸ்பெகிஸ்தானின் காரகல்பாக்ஸ்தான் பிரதேசத்துக்கும் கொடுக்கப்படாமல் இருந்திருந்தால் நாடு இன்னும் பெரிதாக இருந்திருக்கும்.

குறைந்த மக்கள் நெருக்கம் :

இவ்வளவு பெரிய நாட்டில் வெறும் 1 கோடியே 80 லட்சம் பேர் மட்டுமே வாழ்கின்றனர். உலகின் மக்கள் அடர்த்தி மிகவும் குறைவான நாடுகளில் ஒன்றான கஸக்ஸ்தானில் ஒரு சதுர கிலோ மீட்டருக்கு 6½ பேர்தான் உள்ளனர். அதே வேளையில் முஸ்லிம்கள் பெருவாரியாக வசிக்கும் இன்னொரு நாடான பங்களா தேஷில் மக்கள் அடர்த்தி எவ்வளவு தெரியுமா? ஒரு சதுர கிலோ மீட்டருக்கு 1200 பேருக்கும் கூடுதலாகும்.

புல்வெளிகளும், பாலைவனங்களும் :

கஸக்ஸ்தானின் வடக்கில் நீண்ட 'ஸ்டெப்பி' புல்வெளிகளைப் பார்க்கலாம். 80,000 சதுர கிலோ மீட்டர்

பரவியுள்ள இப்புல்வெளிகள் நாட்டின் மொத்த பரப்பில் கால் பங்குக்கும் மேலாகும். தெற்கே செல்லச் செல்ல வறண்டும், பாலைவனமாகவும் உள்ளது. நடுப்பகுதியில் மேட்டு நிலங்கள் அதிகம். இவை சாதாரணமாக தட்டையாக இருந்தாலும் ஆங்காங்கே பாறைகளாகவும், குன்றுகளாகவும் உள்ளன. உஸ்பெகிஸ்தானுடன் சேர்ந்துள்ள கிஸிம் கம், நாட்டின் உட்புறம் அமைந்த முயுன் கம் ஆகிய பெரிய பாலைவனங் களும், ரீன், பெட்பக்தலா போன்ற சிறிய பாலைவனங்களும் இங்கு காணப்படுகின்றன.

வானுயர் மலைகள் :

சீனா, கிர்கிஸ்தான் ஆகியவற்றுடன் சேர்ந்துள்ள டியான் ஷன், ரஷ்யா, சீனா மற்றும் மங்கோலியா வரை செல்லும் ஆல்ட்டை, கிர்கிஸ்தானுடன் சேர்ந்திருக்கும் கிர்கிஸ் முதலியவை கஸக்ஸ்தானின் வானுயர்ந்த மலைத் தொடர்கள். டியான் ஷன்னின் 7,010 மீட்டர் உயரமுள்ள 'கான் டெங்ரி' நாட்டிலேயே மிகவும் உயரமான மலை. எங்கிருந்தும் பார்க்கும் வண்ணம் ஒரு பிரமிடு போல தோற்றமளிக்கும் இம்மலையை 'ஆவிகளின் எஜமான்' என்றும், 'கடவுளின் மலை' என்றும் அழைப்பர்.

ஆறுகளும், ஏரிகளும் :

கஸக்ஸ்தான் ஆயிரக்கணக்கான ஆறுகளும், ஏரிகளும் நிறைந்தது. மங்கோலியாவின் எல்கையோர ஆல்ட்டை மலைகளிலிருந்து உற்பத்தியாகும் இர்டீஷ் (Irtysh) உலகின் ஏழாவது பெரிய நதியான ஆப்(Ob)ன் கிளை நதியாகும். இது சீனா மற்றும் ரஷ்யா மட்டுமின்றி இங்கும் 1800 கிலோ மீட்டர் தூரம் பாய்கிறது. 2,212 கிலோ மீட்டர் நீள சிர் தரியா கிர்கிஸ்தான், தாஜிகிஸ்தான், உஸ்பெகிஸ்தான் ஆகிவற்றுடன் கஸக்ஸ்தானுக்கும் நீரைக் கொண்டு வருகிறது. யூரல் மலைகளிலிருந்து தோன்றும் 2,428 கிலோ மீட்டர் நீளமுள்ள யூரல் நதி முதலில் ரஷ்யாவுக்கு நீர் வழங்கி விட்டு கஸக்ஸ்தானுக்கு வந்து சுமார் 1,000 கிலோ மீட்டருக்குத் தனது

பங்கை அளித்துவிட்டு கடைசியில் காஸ்பியன் கடலில் கலக்கிறது. ஈஷிம், எம்பா, ஈலீ முதலியவை பிற முக்கிய நதிகள். இங்கு எண்ணற்ற ஏரிகள் இருந்தாலும் பிறை வடிவம் போன்ற பல்ஹாஸ் ஏரிதான் மிகவும் பெரியது. கடல் போலக் காட்சியளிக்கும் இவ்வேரி 18,000 சதுர கிலோ மீட்டர் பரப்புடையது. அலகோஸ், ஸைசான் போன்றவை நாட்டின் ஓரளவு பெரிய ஏரிகளாகும்.

சுருங்கும் கடலும், விரியும் கடலும் :

கஸக்ஸ்தானின் மேற்கே காஸ்பியன் கடலும், உட்பகுதியில் உஸ்பெகிஸ்தானுடன் இணைந்து ஆரல் கடலும் கிடக்கின்றன. இவ்விரு கடல்களும் உள்நாட்டுக் கடல்களாக இருப்பதால்தான் இந்நாடு நிலத்தால் சூழப்பட்டதாகவே கருதப்படுகிறது. இவ்விரு கடல்களில் ஒன்று சிறியது; மற்றொன்று பெரியது. மேலும் சிறியதான ஆரல் வரவர சுருங்கிக் கொண்டே வருகிறது. காரணம் இதில் வந்து சேரும் நீரின் அளவு குறைவாக உள்ளது. பெரியதான காஸ்பியனோ பெருகிக் கொண்டே வருகிறது. இதில் வந்து கலக்கும் நீரின் அளவு கூடிக்கொண்டே இருப்பதுதான் இதற்குக் காரணம். இந்த அதிகமான நீர் இன்னும் கொஞ்ச காலத்தில் நாட்டின் எண்ணெய் வயல்கள் உட்பட பலவற்றை மூழ்கடித்து விடுமாம். இந்த இரு உள்நாட்டுக் கடல்களுக்கும் இடையேயுள்ள உஸ்த்யுர்ட் பீடபூமிதான் நாட்டின் மிகப்பெரிய பீடபூமி. இது உஸ்பெகிஸ்தானுடன் சேர்ந்துள்ளது.

காலநிலையும், உயிரினங்களும் :

நாட்டின் வடக்கில் ஐரோப்பாவின் குளிரும், தெற்கில் ஆசியாவின் பாலைவன வெப்பமும் என இங்கு பல வகையான காலநிலைகள் உள்ளன. பலவிதமான இயற்கை அமைப்புகளும் இங்கு காணப்படுவதால் தாவரங்கள், பறவைகள், விலங்குகள் உள்ளிட்ட ஏராளமான உயிரினங்களும் வாழ்கின்றன. விலங்குகள் என்று எடுத்துக் கொண்டால் நீண்ட குதிரைகள், இரட்டைத் திமிலுடன் கூடிய பாக்ட்ரிம்

இரட்டைத் திமில் ஒட்டகம்

ஒட்டகங்கள், கவரி மான்கள், பனிச் சிறுத்தைகள், கரடிகள் போன்றவை அதிகம் உள்ளன. தன் இறகுகளை விரித்தால் 3 மீட்டர் அளவுடன் பெரியதாகவும், தாடி போன்ற தோற்றத்தையும் கொண்ட 'லேமர் கையர்' ராஜாளி (Bearded Vulture) உள்ளிட்ட நூற்றுக்கணக்கான பறவை இனங்களையும், நட்சத்திர பழம் (Star Fruit), டூலிப் (Tulip) மலர் போன்ற ஆயிரக் கணக்கான தாவர இனங்களையும் இந்நாட்டில் பார்க்கலாம்.

ஆரம்ப கால வரலாறு :

கஸக்ஸ்தானின் பசுமையான புல்வெளிகள் மனிதர்கள் இங்கு வந்து தங்குவதற்கும், நாடோடி வாழ்க்கை வாழ்வதற்கும் வசதியாக இருந்தன. 6,000 ஆண்டுகளுக்கு முன்பே அவர்கள் இப்புல்வெளிகளில் மேய்ந்த குதிரையை முதல் விலங்காகப் பழக்கிக் கொண்டனர். அவர்கள் கற்களை மெருகேற்றவும், செம்பு போன்ற உலோகங்களாலான கருவிகள் செய்யவும் கற்றுக் கொண்டனர். பின் இங்கு ஏற்பட்ட பருவ நிலை மாற்றம் காரணமாக நாடு வறண்டு காணப்பட்டது. எனவே

இங்கிருந்து வந்து போவோரிலும் மாற்றம் உண்டாகியது. எவ்வாறாயினும் ஸ்கிதியர், சாகா, ஹூன் முதலியோர் கஸக்ஸ்தானுக்கு முதலில் வந்தவர்கள் என்பதை அறிந்து கொள்ளலாம். கி.பி. 5ம் நூற்றாண்டு வாக்கில் இங்கு வந்த துருக்கியர் தங்கள் ஆதிக்கத்தை நிலைநாட்டத் தொடங்கினர். அப்போது ஆசியாவை ஐரோப்பாவோடு இணைக்கும் பட்டுச் சாலையைப் (Silk Road) பலரும் பயன்படுத்தியதால் அச்சாலையோரம் அமைந்த தாராஸ், ஹஸரதே தர்கஸ்தான் போன்ற பழங்கால நகரங்கள் புகழுடன் விளங்கின.

துருக்கிய இனத்தினரின் கையில் நாடு :

கி.பி. 8ம் நூற்றாண்டில் கார்லூக் என்ற துருக்கிய இனத்தினர் கஸக்ஸ்தானின் கிழக்குப் பகுதியில் ஓர் அரசை ஏற்படுத்தினர். கி.பி. 8 மற்றும் 9ம் நூற்றாண்டுகளில் அரேபியர்களின் படையெடுப்புக்குப் பிறகு முதலில் தெற்கு கஸக்ஸ்தான் இஸ்லாத்தை ஏற்றுக் கொண்டது. அப்போது மேற்கு கஸக்ஸ்தானில் ஆட்சி செய்யத் துவங்கிய ஓகுஸ் (Ogus) என்ற துருக்கியர்கள் கி.பி. 11ம் நூற்றாண்டு முடிய ஆண்டனர். கி.பி. 13 மற்றும் 14ம் நூற்றாண்டுகளில் ஆட்சி செய்த மங்கோலியர்களுக்குப் பின்னர் நாடு கஸக்குகளிடம் திரும்ப வந்தது.

கஸக் கான்கள் :

கி.பி. 15ம் நூற்றாண்டின் இறுதியிலிருந்து கஸக் கான்கள் காஸ்பியன் கடலுக்குக் கிழக்காகவும், ஆரல் கடலுக்கு வடக்காகவும் அமைந்த ஸ்டெப்பி புல்வெளிப் பிரதேசத்தில் தங்கள் ஆதிக்கத்தை ஆரம்பித்தனர். இவர்களில் புருந்தக் கானும், காசீம் கானும் முக்கியமானவர்கள். குறிப்பாக நாடோடி வாழ்க்கை வாழ்ந்த கஸக்குகளை அரசியல் ரீதியாக இணைத்த பெருமை காசீம் கானையேச் சேரும். அவ்வமயம் அவர்களிடமிருந்த 2 லட்சம் பேர் கொண்ட குதிரைப் படை எதிரிகளை அசர வைத்தது.

ஹோர்துகள் :

காசீம் கானுக்குப் பின் ஆண்ட அவரின் மூன்று மகன்களும் ஆட்சி செய்யும் போதே நாடு தனது பலத்தை இழக்கத் தொடங்கியதுடன் மூன்று பகுதிகளாகவும் ஆயின. அவை பெரிய, மத்திய மற்றும் சிறிய அல்லது மூத்த, நடுத்தர மற்றும் இளைய ஹோர்துகள் (Hordes) ஆளும் பகுதிகள் ஆகும்.

மேலும் இவர்கள் தங்களுக்குள்ளேயே சண்டையிட்டுக் கொண்டதாலும், பட்டுச் சாலையின் முக்கியத்துவம் குறைய ஆரம்பித்ததாலும் நாடு உஸ்பெகிஸ்தானின் கீழ் வந்தது. இந்நிலையில் கி.பி. 18ம் நூற்றாண்டின் முற்பகுதியில் ஆண்ட இளைய ஹோர்துகளின் அபுல் கைர் கான் ஜூன்கர்களை இரு முக்கிய போர்களில் தோற்கடித்தார். எனவே இவர் 'பதிர்' (Batyr) அல்லது வீரர் என்று நாட்டு மக்களால் அழைக்கப் படுகிறார்.

ரஷ்யா :

கி.பி. 19ம் நூற்றாண்டில் ஆங்கிலேயர்களைப் போன்று ரஷ்யர்களும் கஸக்ஸ்தானில் தங்கள் ஆதிக்கத்தை நிலைநாட்ட எண்ணினர். முதற்கட்டமாக நாட்டின் ஒற்றுமையின்மையைப் பயன்படுத்திக் கொண்டு இங்கு ஏராளமான கோட்டைகளைக் கட்டினர். அடுத்து நாட்டைக் கைப்பற்றியதுடன் ரஷ்ய மொழியையும், கலாச்சாரத்தையும் திணித்தனர். பின் ரஷ்யர், ஸ்லாவ், ஜெர்மானியர், யூதர் என லட்சக்கணக்கான அந்நியர்களை இங்கு குடியமர்த்தினர். எனவே இங்குள்ளவர் களுக்கும், புதிதாக வந்தவர்களுக்குமிடையே மோதல் வெடித்தது.

சோவியத் யூனியன் :

கி.பி. 20ம் நூற்றாண்டின் ஆரம்பத்தில் சார் (Czar) மன்னர்களிடமிருந்து ஆட்சி கம்யூனிஸ்டுகளுக்குக் கைமாறி

அது சோவியத் யூனியனாக மாறியது. கஸக்ஸ்தான் 'அலாஷ் சுயாட்சிப் பகுதி ' என்ற பெயரில் சிறிது காலம் மட்டும் இருந்தது. பின் ஸ்டாலினின் கட்டளைப்படி பல தலைசிறந்த எழுத்தாளர்கள், அறிஞர்கள் உட்பட ஏராளமானோர் கொல்லப்பட்டனர். பிற இடங்களிலிருந்து இங்கு குடியேறுவது முன்பைவிட அதிகமானது. இதற்கிடையே இரண்டாம் உலகப் போரும் ஆரம்பமானது. ஐந்து டிவிஸன்களைக் கொண்ட கஸக்ஸ்தான் வீரர்கள் போரில் கலந்து கொண்டதில் ஆயிரக்கணக்கானவர்கள் மாண்டனர். 29 சோவியத் யூனியன் வீரர் உட்பட சுமார் 34,000 பேருக்கு விருதுகள் வழங்கப்பட்டன.

மக்களின் கோபம் :

ஸ்டாலினுக்குப் பிறகு பதவிக்கு வந்தவர் குருஷ்ஷேவ். இவர் காலத்தில் 'கன்னி மற்றும் பயனற்ற நிலத் திட்டம்' (Virgin and Idle Lands Project) என்ற பெயரில் சோவியத் யூனியனின் தேவைக்காக நாட்டில் பன்னெடுங்காலமாக மேய்ச்சல் நிலங்களாக இருந்தவையெல்லாம் அதிக மகசூல் தரும் விளை நிலங்களாக மாற்றப்பட்டன. இதனால் மண்ணின் தரம் குறைந்தது. போதிய பாதுகாப்பு முறைகள் இல்லாமல் செமய் நகருக்கு அருகில் அணு குண்டு சோதனைகளும் நடத்தப்பட்டன. இச்செயல்கள் மக்களின் கோபத்தைக் கிளறியது. தங்கள் நாட்டிலேயே தாம் சிறுபான்மையானது, தங்களின் கலாச்சாரம் சிதைக்கப்பட்டது முதலிய காரணங்களால் அவர்களுக்கு அரசின்மீது அதிருப்தியும் ஏற்பட்டது.

விடுதலை :

அதிபர் பிரஸ்னேவின் பொது மக்களிடம் வெளிப்படையாக இருத்தல் என்ற 'கிளாஸ்நாஸ்ட் (Glasnost) திட்டப்படி சோவியத் யூனியனிலிருந்து ரஷ்யா போன்ற நாடுகள் சிதறுண்டபோது 1991ல் கடைசி நாடாக கஸக்ஸ்தானும் விலகி விடுதலைப் பெற்றது. ஒரு தடவை இந்த

பிரஸ்னேவுக்கு எதிராக ஒரு சதிப்புரட்சி நடக்க இருந்தபோது அதை வெற்றிகரமாக முறியடித்து அவரை ரஷ்ய அதிபராக தொடர்ந்து இருக்கச் செய்ததில் கஸக்ஸ்தான் அதிபர் நூர் சுல்தான் நஸர்பாயேவுக்குப் பெரும் பொறுப்பு உண்டு. இப்பேர்ப்பட்ட நஸர்பாயுவுதான் இன்று வரை நாட்டின் அதிபராக உள்ளார்.

அபரிதமான கனிம வளம் :

ஒரு புள்ளி விவரப்படி 42 நாடுகள் அடங்கிய ஆசிய பஸிபிக் பிராந்தியத்தில் கஸக்ஸ்தானின் பொருளாதார நிலை 11ம் இடத்தில் உள்ளது. இங்கு விளை நிலங்கள் தாராளமாக இருப்பதால் கோதுமை, பார்லி, அரிசி, காய்கறிகள், பழங்கள் முதலியவை அதிகம் உற்பத்தியாகின்றன. தனிம அட்டவணையில் (Periodic Table) காணப்படும் வேதியியல் தனிமங்களில் அனேகம் இந்நாட்டிலேயே உள்ளன. அந்த அளவுக்கு இங்கு கனிமங்கள் கிடைக்கின்றன. இந்நாடு யுரேனியம், குரோமியம், பாஸ்பேட், உருக்கு, துத்தநாகம் ஆகியவற்றின் இருப்பில் உலகின் இரண்டாவது நாடாகவும், மங்கனீஸ் மற்றும் செம்பைக் (Copper) கொண்ட மூன்றாவது மற்றும் ஐந்தாவது நாடாகவும் விளங்குகிறது. தங்கம், இரும்பு, நிலக்கரி ஆகியவற்றை உடைய உலகின் முதல் பத்து நாடுகளுள் இதுவும் ஒன்று. ஹைட்ரோ கார்பன், டங்க்ஸ்டன் போன்றவையும் இங்கு மிகுதியாகக் கிடைக்கின்றன. பெருமளவில் உள்ள கஸக்ஸ்தானின் பெட்ரோலும், இயற்கை வாயுவும் உலகப் போரில் சோவியத் யூனியனின் எரிபொருள் தேவைக்குப் பெரிதும் கைகொடுத்தன.

நிர்வாகம் :

இந்நாடு மேற்கு கஸக்ஸ்தான், கிழக்கு கஸக்ஸ்தான், வடக்கு கஸக்ஸ்தான், தெற்கு கஸக்ஸ்தான், அல்மாட்டி முதலிய 14 பிரதேசங்களாகப் பிரிக்கப்பட்டுள்ளது. பாராளுமன்றம் 'செனட்' என்ற மேல் சபையும், 'மஜ்லிஸ்' எனப்படும் கீழ் சபையும் கொண்டது. நாட்டின் தலைவராக

அதிபரும், அரசின் தலைவராக பிரதமரும், அவருடன் மூன்று துணைப் பிரதமர்களும் உள்ளனர்.

இனம் மற்றும் மதம் :

கஸக்ஸ்தானில் நூற்றுக்குக் கூடுதலான இனத்தைச் சேர்ந்தவர்கள் வாழ்ந்தாலும் 63.5 சதவீதமாக உள்ள கஸக்குகள்தான் மிகப்பெரிய இனம். இதற்கு அடுத்தபடியாக வரும் ரஷ்யர் 23 விழுக்காடு ஆவர். உஸ்பெக், உக்ரைனியர், உய்கர், டார்ட்டர் போன்றோர் இதர இனத்தினர்கள். நூற்றுக்கு எழுபது பேர் முஸ்லிம்களாக இருந்தாலும் கஸக்ஸ்தான் ஒரு சமயசார்பற்ற நாடு. கிறிஸ்துவர் 26 சதவீதம், மத நம்பிக்கை இல்லாதவர் 3 சதவீதம், ஏனையோர் 1 சதவீதம் ஆவர். முஸ்லிம்களின் பெரும்பான்மையோர் சன்னி பிரிவினராக உள்ளனர்.

இஸ்லாத்துக்கு உதவிய கிறிஸ்துவ ராணி :

அரேபியர்களின் வருகைக்குப் பின் கஸக்ஸ்தானில் காலூன்றிய இஸ்லாம் பலரின் முயற்சியால் படிப்படியாக வளரத் தொடங்கியது. இங்கு ஆட்சிப் பொறுப்பில் இருந்த சமானிது, தைமூரி, உஸ்பெக் கான் முதலிய வம்சங்கள் இஸ்லாம் வளரப் பாடுபட்டன. இந்த இஸ்லாமிய அரசுகள் மட்டுமின்றி ரஷ்யப் பேரரசின் கிறிஸ்துவ மகாராணி இரண்டாம் காதரினும் இஸ்லாத்துக்கு உதவினார். முஸ்லிம்களின் ஆதரவு தனக்குத் தேவை என்பதைப் புரிந்து கொண்ட அவர் முஸ்லிம்கள் மஸ்ஜிதுகள் கட்டிக் கொள்ளவும், ஹஜ் கடமையை நிறைவேற்ற மக்கள் செல்லவும் அனுமதித்தார். இஸ்லாமிய அறிவு இங்குக் குறைவாக இருப்பதைக் கண்டு

ரஷ்ய மகாராணி
இரண்டாம் காத்ரின்

டார்ட்டரின் உலமாக்களைக் கொண்டு கஸக்குகளுக்கு மார்க்கம் சம்மந்தமாக அறிவொளி புகட்டவும் செய்தார்.

காஜா அஹமது யாசவி :

இஸ்லாத்துக்கு சூபிகளின் பங்கும் அளவிடற்கரியது. குறிப்பாக கஸக்ஸ்தான் உட்பட மத்திய ஆசிய நாடுகளில் இஸ்லாத்தைப் பரப்பிய காஜா அஹமது யாசவி இங்குள்ள

டர்கஸ்தானிலுள்ள யாசவியின் நினைவகம்
(காஜா அஹமது யாசவி)

டர்கஸ்தானில்தான் பிறந்தார். தைமூரினால் ஆரம்பிக்கப்பட்டு ஓரளவு முடியும் நிலையில் கட்டப்பட்ட யாசவியின் அடக்க தலம் டர்கஸ்தானில் உள்ளது. இது ஒரு யுனெஸ்கோ பாரம்பரிய நினைவுச் சின்னமாகும். யாசவி ஒரு கவிஞரும், தத்துவ ஞானியும் ஆவார். இவர் துருக்கிய மொழியில் எழுதிய 'ஹிக்மத்' என்ற புத்தகம் இன்றும் பலரால் படிக்கப்படுகிறது."

நூஹ் நபியின் கப்பல் :

ஒரு வெள்ளைப் பிரளயத்தின்போது தன்னையும், தனது குடும்பம் மற்றும் பிராணிகளையும் காப்பாற்றிக் கொள்ள இறைவனின் கட்டளையால் நூஹ் (Noah) நபி ஒரு பெரிய கப்பலில் ஏறி தப்பித்துக் கொண்டார். இது பற்றி குர்ஆன் மற்றும் பைபிள் கூறுகின்றன. ஷிம்கன்ட் நகரின் தெற்கே ‘காஸி குர்து புனித மலை’ என்ற ஒரு மலை உள்ளது. இம்மலையில் நாம் பார்க்கும் கப்பல் போன்ற ஒரு அமைப்புதான் நூஹ் நபியின் கப்பல் (Noah’s Arc) என்று இங்குள்ளவர்கள் நினைக்கின்றனர்.

ஆதம் - ஹவ்வா பாறை :

இந்தப் புனித மலையில் ஆதம் – ஹவ்வா (ஏவாள்) பாறையையும் காணலாம். சுமார் 33 மீட்டர் உயரமுடைய இப்பாறை இரண்டாகப் பிளந்து ஒரு சிறிய இடைவெளியுடன் உள்ளது. இவ்விரு தனித்தனிப் பகுதிகள் இந்த உலகின் முதல் மனிதன் ஆதம் மற்றும் முதல் பெண் ஹவ்வாவின் அடையாளங்கள் என்றும் நம்புகின்றனர்.

எச்சரிக்கையுடன் அரசு :

70 வருட கம்யூனிஸ்டுகளின் நாத்திகச் சித்தாந்தத்துக்குப் பின்னரும் மக்கள் கஸக்ஸ்தானில் இஸ்லாத்தை மறந்து விடவில்லை. இப்போது இங்கு பல மசூதிகளும், மதரஸாக்களும் கட்டப்பட்டதோடு சில இஸ்லாமிய வங்கிகளும் தொடங்கப்பட்டுள்ளன. எனினும் பிற மத்திய ஆசிய நாடுகளைவிட இஸ்லாத்தின் பாலுள்ள நாட்டம் இங்கு சற்றுக் குறைவுதான். கம்யூனிஸம் மற்றும் ஐரோப்பிய கலாச்சாரத்தின் தாக்கம், தீவிரவாதிகளால் அச்சுறுத்தல் ஏற்பட்டுவிடுமோ என்ற பயத்தில் அரசு எடுக்கும் நடவடிக்கைகள் போன்றவை இதற்குக் காரணமாக இருக்கலாம். நாட்டின் அமைதிக்குக் குந்தகம் விளைவிக்காத வகையில் இஸ்லாமிய மார்க்கம், பண்பாடு ஆகியவற்றை

ஊக்குவிக்கும் வகையில் இனி அரசு நடத்து கொள்ளும் என அது தெரிவித்துள்ளது. இவ்வறிவிப்பு கஸக்ஸ்தானின் இஸ்லாமிய வானில் ஒரு புது வெளிச்சமாகும்.

மரத்தாலான தேவாலயம் :

இந்நாட்டில் கிறிஸ்துவர் களின் பல அழகிய தேவாலயங்களையும் காண முடிகிறது. அல்மாட்டியின் வைதீக கிறிஸ்துவர்களுக்கான 'ஸென்கோவ் தேவாலயம்' மரத்தினால் ஆனது. இது உலகின் மிகவும் உயரமான மரத்தாலான கட்டிடங்களுள் ஒன்று. கி.பி. 20ம் நூற்றாண்டின் தொடக்கத் தில் கட்டப்பட்ட இந்த மரத் தேவாலயத்தில் இரும்பு ஆணிகள் எதுவும் பயன் படுத்தப்படவில்லை என்பதும், இவ்வாலயம் கட்டி முடிக்கப்பட்ட நான்கு ஆண்டுகளுக்குப் பின் ஏற்பட்ட ஒரு நிலநடுக்கத்தையும் தாங்கியுள்ளது என்பதும் குறிப்பிடத்தக்கது.

மரத்தாலான
ஸென்கோவ் பேராலயம்

வேற்றுமைகளும், ஒற்றுமைகளும் :

பரப்பளவில் உலகின் மிகப்பெரிய நாடுகளின் முதல் பத்து நாடுகள் அடங்கிய பட்டியலில் இந்தியாவும், கஸக்ஸ்தானும் இடம் பிடிக்கின்றன. மக்கள் தொகையில் 125 கோடிக்கும் அதிகமான பேர் கொண்ட உலகின் இரண்டாவது பெரிய நாடு இந்தியா. கஸக்ஸ்தானின் மக்கள் தொகையோ 2 கோடிக்கும் குறைவு. தனி நபர் வருமானத்தில் நம் நாட்டைக் காட்டிலும் நான்கு மடங்கு மேலாக உள்ளது இந்நாடு. பல

ஒற்றுமைகள் மற்றும் வேற்றுமைகள் இரு நாடுகளுக்கும் இடையே இருப்பினும் பல்வேறு மொழிகள், இனங்கள், மதங்கள் ஆகியவற்றைக் கொண்ட இரண்டுமே ஜனநாயக மற்றும் சமயசார்பற்ற நாடுகளாகும்.

தொடரும் உறவு :

கஸக்ஸ்தான் சோவியத் யூனியனுடன் சேர்ந்திருந்த காலம் தொட்டு இன்றுவரை இரு நாடுகளும் நட்பாகவே உள்ளன. இங்கு அணு ஆயுதங்கள் தயாரிக்கப் பயன்படும் யுரேனியம்

கஸக்ஸ்தான் பிரதமருடன் இந்தியப் பிரதமர் மோடி

உலகிலேயே மிகவும் அதிகமாக உற்பத்தி செய்யப்படுகிறது. மேலும் இதன் அண்டை நாடாகவும், மிகவும் நெருக்கமாகவும் இருக்கும் சீனா பல வழிகளில் இந்தியாவுக்குப்

போட்டியாகவும் உள்ளது. எனவே கஸக்ஸ்தானின் உறவு இந்தியாவுக்குத் தேவையாகும். அதுபோல அறிவியல் மற்றும் தொழில் நுட்பத்தில் சிறந்து விளங்குவது, அணி சேரா நாடுகளின் பக்கம் தான் இருப்பது முதலில் பல நல்ல அம்சங் களை உடைய இந்தியாவின் தொடர்பு கஸக்ஸ்தானுக்கும் அவசியமாகும். பிரதமர் நேரு தன் மகள் இந்திராவுடன் இந்நாட்டுக்கு ஐம்பதுகளின் நடுவில் வருகை தந்தார். அதன் பின்பு பிரதமர்கள் நரசிம்ம ராவ், வாஜ்பாய், மன்மோகன் சிங், நரேந்திர மோடி ஆகியோரும் இங்கு வந்துள்ளனர். 2009ம் ஆண்டு நம் நாட்டுக் குடியரசு நாள் விழாவிற்கு வருகை தந்த கஸக்ஸ்தான் அதிபர் நஸர்பாயே ஏற்கனவே நான்கு முறை வந்துள்ளார்.

வர்த்தகம் முதலானவை :

இந்தியா - கஸக்ஸ்தான் இடையேயான வர்த்தகம் சென்ற 5 ஆண்டுகளில் மூன்று மடங்கு உயர்ந்திருக்கிறது. 2014 - 2015 நிலவரப்படி இந்தியா மருந்து, தேயிலை, புகையிலை, கட்டுமானம் மற்றும் தொலை தொடர்புப் பொருட்கள் முதலியவற்றை இங்கு அனுப்பி 250 மில்லியன் அமெரிக்க டாலர் மதிப்புக்கு வர்த்தகம் செய்தது. இதே காலத்தில் இதை விட மூன்று மடங்குக்குத் தன் பங்காக இந்நாடு இந்தியாவுக்கு ஏற்றுமதி செய்தது. பெட்ரோல், யுரேனியம், டைட்டானியம் போன்றவை இந்நாட்டின் ஏற்றுமதிப் பொருட்கள். கல்வி, பாதுகாப்பு முதலிய துறைகளிலும் இரு நாடுகளும் ஒன்றையொன்றுச் சார்ந்துள்ளன. நம் நாட்டிலிருந்து எழுநூறுக்கும் மேற்பட்ட மாணவர்கள் இங்கு மருத்துவம் படித்து வருகின்றனர். அதுபோல காஸ்பியன் கடலில் கஸக்ஸ்தான் ஒரு கப்பற் தளம் அமைக்க இந்தியா உதவி செய்தது.

விளையாட்டு :

கல்வி அறிவு மற்றும் சுகாதாரத்தில் மேல் நிலையில் உள்ள கஸக்ஸ்தான் விளையாட்டிலும் ஆதிக்கம் செலுத்தி வருகிறது. குத்துச் சண்டை, பளு தூக்குதல், சைக்கிள் ஓட்டுதல், தடகளம் ஆகியவற்றில் இங்குள்ளவர்கள் வல்லவர்கள். 204 நாடுகள் பங்கு பெற்ற 2012 ஒலிம்பிக் போட்டியில் இந்நாடு 12வது இடத்தைப் பிடித்தது. மேலும் 2014 ஆசிய விளையாட்டுப் போட்டியில் கலந்து கொண்ட 45 நாடுகளில் 37 நாடுகள் மட்டும் பதக்கங்கள் பெற்றன. சீனா, ஜப்பான் மற்றும் தென் கொரியாவுக்கு அடுத்தபடியாக கஸக்ஸ்தான் பதக்க பட்டியலில் நான்காவது இடத்தில் உள்ளது.

புதுசும், பழசும் :

கஸக்ஸ்தான் பிரதமர் நூர்சுல்தான்

அதிபர் நூர் சுல்தான் நஸர்பாயேவின் கீழ் நல்ல வளர்ச்சியைக் கண்ட கஸக்ஸ்தான் அவரின் ‘2050 திட்டம்’ சொல்கிறபடி அந்தக் காலக்கெடுவுக்குள் உலகின் மிகவும் வளர்ந்த 30 நாடுகளுள் ஒன்றாகி விடுமாம். அதே வேளையில் மக்கள் தங்கள் பழைய கலாச்சாரத்தையும் மறந்து விடவில்லை. அவர்களின் பண்பாடு பழங்காலம் முதலே குதிரை சவாரி செய்வது, ஆடு மாடுகளை மேய்ப்பது ஆகியவற்றுடன் தொடர்புடையதாகவே இருக்கிறது. உதாரணமாகச் சொல்வதென்றால் ஒருவர் இன்னொருவரைச் சந்திக்கும்போது முதலில் அவரின் கால்நடைகளைப் பற்றி விசாரித்து விட்டுப் பின் அவரையும், அவர் குடும்பத்தையும் குறித்துக் கேட்பார். இந்த நடைமுறை இன்றும் பல இடங்களில் நடந்து வருகிறது.

தேநீர் அருந்தும் முறை :

கஸக்ஸ்தானில் தேநீர் அருந்தும் முறையைப் பற்றித் தெரிந்து கொண்டால் நன்றாக இருக்கும். இங்கு ரஷ்யர்களும், கஸக்குகளும் தேநீர் அருந்தும் விதம் மிகவும் வித்தியாசமாக உள்ளது. ரஷ்யர்கள் தேநீர் குவளைகளில் அவற்றின் விளிம்புவரை தேநீரை நிரப்பிக் குடிப்பர். ஆனால் கஸக்குகள் அகலமான வாயைக் கொண்ட சிறிய குவளைகளில் கால் பங்கோ அல்லது அரைப் பங்கோ தேநீரை நிரப்பிக் குடிக்கின்றனர். காரணம் அவர்கள் அருந்தும் தேநீர் சீக்கிரம் குளிர்ந்து விடக்கூடாதாம். மேலும் எத்தனை முறை தேநீரை குவளையில் ஊற்றிக் கொடுக்கிறோமோ அந்த அளவுக்கு தேநீர் அருந்துபவருக்கும் தேநீர் வழங்குபவருக்கும் இடையே உறவு அதிகரிக்கிறதாம்.

☆☆☆

11

குவைத்

குபேர நாடு :

ஏதாவது ஒரு நாடு அல்லது மாநிலம் வளர்ச்சியடைந்திருந்தால் அதை ஜப்பான் போன்ற நாடுகளுடன் ஒப்பிடுகிறோம். அதைப் போல ஏதாவது ஓர் இடம் மிகவும்

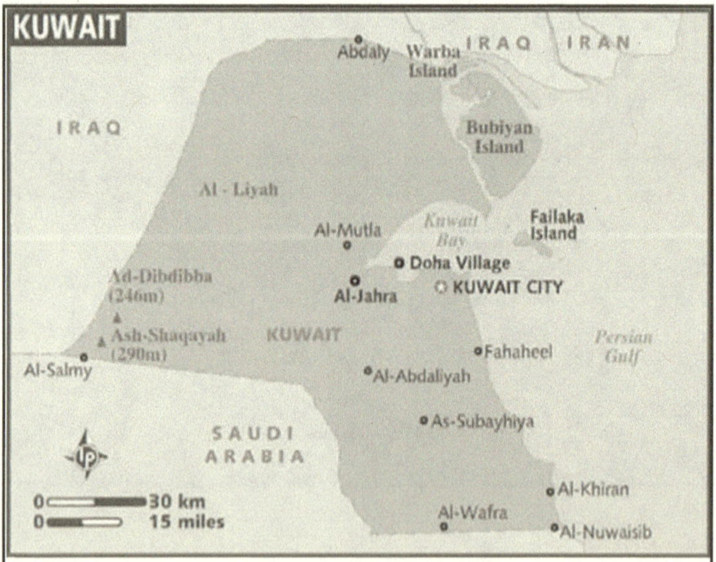

குவைத் வரைபடம்

செல்வச் செழிப்போடு காணப்பட்டால் அது குவைத் போன்று இருக்கிறது என்று சொல்கின்றோம். அந்த அளவுக்கு பணக்கார நாடு குவைத். இந்நாட்டின் நாணயமான 'தினார்' உலகின் மிகவும் மதிப்புள்ள நாணயங்களில் ஒன்று என்பதும், ஓர் உலக வங்கியின் அறிக்கையின்படி குவைத் உலகிலேயே நான்காவது பணக்கார நாடு என்பதும் கவனிக்கத்தக்கது.

கோட்டையால் நாட்டின் பெயர் :

குவைத்தை அரபி மொழியில் 'தவ்வத்துல் குவைத்' என்பர். இதைத் தமிழில் 'குவைத் நாடு' எனலாம். குவைத் என்ற பெயர் 'கூத்' என்ற வார்த்தை யிலிருந்து வந்தது. கூத் என்றால் அரபியில் கோட்டை என்று பொருளாகும். இங்கு பழங்காலக் கோட்டை ஒன்று இருந்ததாகவும், அதிலிருந்தே நாட்டுக்கு குவைத் என்ற பெயர் வந்ததாகவும் சிலர் சொல்வர். ஆனால் அந்தக் கோட்டை எதுவென்றுதான் சரியாகத் தெரியவில்லை. மகாஅலெக்ஸாண்டரால் நாடு 'லரிஷா' என்று அழைக்கப்பட்டது. அவரின் ஆணைக்கிணங்க இங்கு வந்த கிரேக்க அறிஞர் டாலமி தனது ஆய்வுக் கட்டுரையில் குவைத்தைப் பற்றிக் குறிப்பிடுகிறார். சசேனியர்களின் காலத்தில் இந்நாட்டை 'மெஷான்' என்றும், பின்னர் 'கஸிமா' என்றும் அழைத்தனர்.

வழக்கமான நிறங்கள் :

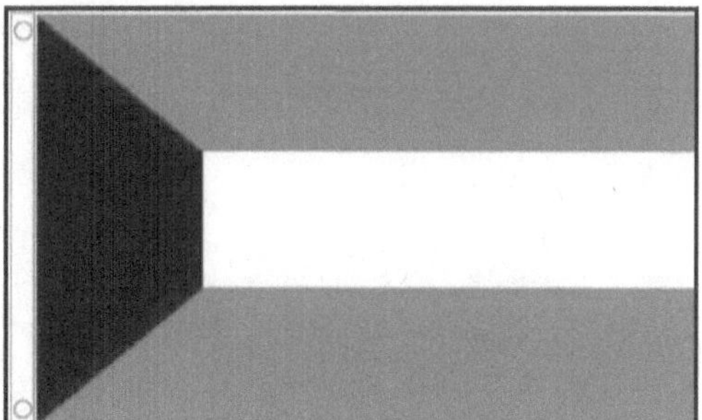
குவைத் கொடி

குவைத்தின் கொடியில் நாம் காணும் நிறங்கள் வழக்கமாக பல அரபு நாடுகளின் கொடி களில் காணப்படும் நிறங்களே. இவ் வண்ணங்கள் பச்சை, வெள்ளை, சிவப்பு, கருப்பு ஆகியவை

ஆகும். முதல் மூன்று நிறங்களும் ஒன்றின் கீழ் ஒன்றாகவும், கடைசி நிறமான கருப்பு இடது பக்கத்தில் மற்ற மூன்று நிறங்களைத் தொட்டு குறுக்காக சரிவக (Trapezium) வடிவத்திலும் உள்ளன. செழிப்பு மற்றும் இஸ்லாம், அமைதி மற்றும் தூய செயல்கள், வாள் மற்றும் போராட்டம், எதிரிகளுடைய தோல்விகள் ஆகிய இந்த கருத்துக்களைத்தான் கொடியின் நான்கு வண்ணங்களும் உணர்த்துகின்றன.

பறவையின் தலைபோன்ற தோற்றம் :

குவைத் ஓரளவுக்கு முக்கோணம் போன்ற வடிவத்தைக் கொண்டது. ஒரு வகையில் பார்த்தால் நாடு ஒரு பறவையின் தலையைப் போன்றும் காட்சியளிக்கிறது. இதன் இரண்டு பக்கங்கள் ஈராக் மற்றும் சவுதி அரேபிய நாடுகளாலும், இன்னொரு பக்கம் பாரசீக வளைகுடாவாலும் சூழப்பட்டுள்ளது. 240 கிலோ மீட்டர் நீளம் ஈராக்குடனும், 250 கிலோ மீட்டர் நீளம் சவுதி அரேபியாவுடனும் எல்கைகளைக் கொண்ட இந்நாடு இவ்விரு நாடுகளில் ஏதாவது ஒன்றின் அளவு தூரத்துக்குக் கடல் எல்கையையும் உடையதாக உள்ளது என்பதுதான் சிறப்பு. 17,820 சதுர கிலோ மீட்டர் பரப்புடைய இந்நாட்டுக்கு 9 தீவுகளும் உண்டு. இவற்றில் ஒன்றான ஃபைலக்கா தவிர மீதி தீவுகளில் மனிதர்கள் யாரும் இல்லை. நாட்டின் வடகிழக்கில் ஈராக்குக்கும், குவைத்துக்குமிடையே அமைந்துள்ள பூபியான் எல்லாத் தீவுகளிலும் மிகப்பெரியதும், 860 சதுர கிலோ மீட்டர் பரப்பளவும் கொண்டது. இத்தீவு நாட்டுடன் 2.4 கிலோ மீட்டர் நீள பாலத்தால் இணைக்கப்பட்டுள்ளது.

நில அமைப்பு :

குவைத் ஒரு தட்டையான பாலைவனப் பிரதேசமாகும். ஆனால் இதன் வடக்கு, மேற்கு மற்றும் மத்தியப் பகுதிகளில் பல இடங்களில் பாலைவன வடிநிலங்களையும், கிழக்கிலுள்ள கடலோரப் பகுதிகளில் உவர்ப்பான சதுப்பு நிலங்களையும் காணலாம். நாட்டில் மலைகள் எதுவும் இல்லை. எனினும்

இன்றைய ஃபைலக்கா தீவு

குன்றுகளைப் பார்க்கலாம். இங்குள்ள மிகவும் உயரமான குன்று நாட்டின் மேற்கிலுள்ள 'அல் ஷிகாயா'. இதன் உயரம் 300 மீட்டர் ஆகும். நாட்டின் வடகிழக்கிலுள்ள 'அஸ் ஸௌர்' என்ற செங்குத்தான சரிவு (Escarpment) 145 மீட்டர் உயரமுடையது. நாட்டில் பெரும்பாலும் குளிர்காலத்தில் புயல் காற்றுடன் மழை பெய்கிறது. குவைத்தில் ஆறுகளோ அல்லது ஏரிகளோ இல்லையென்றாலும் வாடிகள் மட்டும் உள்ளன. இந்நாட்டின் மேற்கிலுள்ள 'பாதின்' வாடி (Al Batin) ஈராக்குடன் எல்லையாகவும் அமைந்துள்ளது.

தில்மூனின் ஒரு பகுதி :

குவைத்தில் கண்டுபிடிக்கப்பட்ட மத்திய கற்கால (Mesolithic) கருவிகளை வைத்து மனிதன் 10,000 வருடங்களுக்கு முன்னரே இங்கு வாழ்ந்ததைத் தெரிந்து கொள்ளலாம். கி.மு. 6500 காலக்கட்டத்தில் குவைத் ஈராக்கின் உபைதுகளின் (Al Ubaid) ஒரு பகுதியாக இருந்தது. பின் கி.மு. 2000 வாக்கில் மெசபொட்டோமியர்கள் இங்குள்ள ஃபைலக்கா தீவில் குடியேறினர். இதற்குச் சான்றாக இத்தீவில் நாம் காணும்

கட்டிடங்கள் இன்றைய ஈராக்கின் மெசபொட்டோமியா காலத்துக் கட்டிடங்களைப் போன்று தோற்றமளிக்கின்றன. மெசபொட்டோமியாவுக்குப் பிறகு அல்லது அதே காலத்தில் இந்நாடு தில்மூன் என்ற இன்னொரு பிரசித்தி பெற்ற அரசின் கீழும் இருந்தது. அப்போது மெசபொட்டோமியாவிலிருந்து இந்தியா வரை நீண்டிருந்த கடல் மார்க்கம் குவைத் வழியாகவே சென்றது. அன்று பயன்படுத்தப்பட்ட ஒரு பழமையான நாணல் கப்பல் வட குவைத்திலுள்ள சுபியா என்ற இடத்தில் கண்டுபிடிக்கப்பட்டது. படகுக்குப் புகழ் பெற்ற குவைத் தனது தேசிய சின்னத்திலும் (Emblem) அதை இடம் பெறச் செய்துள்ளது. கடற் கொள்ளையர்களின் அட்டகாசம் போன்றவற்றால் தில்மூன் தனது செல்வாக்கை இழக்கத் தொடங்கியதும் நாட்டின் கடல் வாணிகமும் வீழ்ச்சி அடைய ஆரம்பித்தது.

மீண்டும் கடல் வாணிபம் :

ஃபைலக்கா தீவு கி.மு. 7ம் நூற்றாண்டில் புதிய பாபிலோனியர்கள் (Neo - Babylonians) வசம் வந்தது. மன்னர் நபோநிதஸ் காலத்தில் இது ஒரு ஆளுநரின் பகுதியாக இருந்தது. இரண்டாம் நெபுகட்நெஸார் இங்கு ஒரு கோயிலையும், அரண்மனையையும் கட்டினார். அலெக்ஸாண்டரின் காலத்தில் குவைத் ஒரு குடியேற்ற நாடாக ஆனதோடு ஃபைலக்கா அவரால் 'இகரோஸ்' (Ikaros) என்ற பெயரையும் பெற்றது. இந்நாட்டை பார்த்தியர்கள் ஆண்டபோது கி.பி. 127ல் குவைத் விரிகுடாவைச் சுற்றி ஃபைலக்கா உட்பட இருந்த தெற்கு மெசபொட்டோமியாவில் சாரஸீன் (Characene) என்ற ஒரு தனி அரசு ஏற்படுத்தப் பட்டது. அவ்வமயம் குவைத் மறுபடியும் ஒரு சிறந்த வணிக மையமாக மாறியது. கி.பி. 3ம் நூற்றாண்டில் சசேனியப் பேரரசின் கீழ் வந்த குவைத் அரேபியர்கள் வரும்வரை அவர்களாலேயே ஆளப்பட்டது.

அரேபியர்களின் குடியேற்றம் :

இஸ்லாத்தின் துவக்க காலத்திலிருந்து குவைத் நாடோடி அரபுகள் தங்குமிடமாக இருந்தது. கி.பி. 18ம் நூற்றாண்டின் தொடக்கத்தில் அரேபியாவின் உட்பகுதியிலிருந்து அனைஸா கோத்திரத்தைச் சேர்ந்த பனூ உதூப் குடும்பத்தினர்கள் உட்பட 1700 பேர் இங்கு வந்து குடியேறி 1710ம் ஆண்டு குவைத் நகரைத் தோற்றுவித்தனர். பின் அவர்கள் 1756ல் தங்களின் தலைவராக சபா பின் ஜாபர் என்பவரைத் தேர்ந்தெடுத்தனர். இவரே நாட்டின் முதல் ஷேக் அல்லது தலைவர் ஆவார். கி.பி. 1775 முதல் 1779 முடியவுள்ள வருடங்களில் உதுமானியப் பேரரசுக்கு எதிராக இருந்த பாரசீகர்கள் ஈராக்கின் பஸ்ராவை முற்றுகையிட்டுச் சண்டை செய்தபோது அங்கு குழப்பம் ஏற்பட்டது. எனவே வணிகர்களின் பார்வை குவைத்தின்மீது திரும்பியது. ஆங்கிலேயர்களின் கிழக்கிந்தியக் கம்பெனியும் குவைத்துக்கு முக்கியத்துவம் கொடுத்தது. இதனால் கி.பி. 18ம் நூற்றாண்டின் பிற்பகுதியில் குவைத் கப்பல் கட்டுதல், முத்தெடுத்தல், குதிரை வியாபாரம் முதலியவற்றில் கொடி கட்டிப் பறந்ததால் அதன் பொருளாதாரம் செழித்தது.

பல வழிகளிலும் நெருக்கடி :

துருக்கிக்கு வேண்டியவரும், தனது ஒன்றுவிட்ட சகோதரருமான (Half brother) ஷேக் முஹம்மது அல் சபாவைக் கொன்றுவிட்டு 1896ல் ஆட்சிக்கு வந்த ஷேக் முபாரக் துருக்கி தன் நாட்டை ஆக்கிரமித்துக் கொள்ளலாம் என்ற பயத்தில் 1899ல் பிரிட்டனுடன் ஓர் ஒப்பந்தம் செய்து கொண்டார். இதனால் குவைத் ஆங்கிலேயரின் பாதுகாப்பு நாடாக மாறியது. ஆனால் முதல் உலகப் போரில் குவைத் துருக்கியை ஆதரித்ததால் பிரிட்டன் இந்நாட்டை முற்றுகையிட்டதுடன் குவைத்தின் பொருட்களுக்குத் தடையும் விதித்தது. போர் முடிந்ததும் அரேபியாவும் குவைத்துடன் சண்டைக்குத் தயாரானது. 1919 மற்றும் 1920ம் ஆண்டுகளில் நீடித்த நஜ்ர் போருக்குப் பின் அரேபியாவும் இந்நாட்டின் மீது

பொருளாதாரத் தடையைக் கொண்டு வந்தது. 1922 உகைர் ஒப்பந்தப்படி (Uqair Protocol) பெரிய அண்ணன்மார்கள் சவுதி அரேபியா, ஈராக் ஆகியவற்றின் எல்கைகள் பிரிக்கப்பட்டபோது குவைத் தனது பாதிக்கும் மேற்பட்ட பகுதியையும் இழந்தது. போதாக்குறைக்கு ஜப்பானின் செயற்கை முத்துக்களின் வரவால் குவைத்தின் முத்துக்களுக்கு மவுசு குறைந்தது. இவ்வாறு பல வழிகளிலும் குவைத்துக்கு நெருக்கடி ஏற்பட்டதால் இதன் பொருளாதாரம் பெரிதும் பாதிக்கப்பட்டது.

எண்ணெய் வளம் :

அமீர் ஷேக் சபா அல் அஹமது அல் ஜாபர் அல் சபா

நல்ல வேளையாக 1938ம் வருடம் நாட்டில் பெட்ரோல் இருப்பது கண்டு பிடிக்கப்பட்டதும் குவைத் மக்களுக்கு ஆறுதலாக இருந்தது. ஆனால் இரண்டாம் உலகப் போர் ஏற்பட்டதும் எண்ணெய் சரிவர உற்பத்தி செய்ய இயலாமல் போனது. போர் நின்றதும் எவ்வாறோ 1951ல் எண்ணெய் உற்பத்தி முழு வீச்சில் தொடங்கியது. 19.06.1961ல் ஆங்கிலேயரிடமிருந்து விடுதலை பெற்றதும் மூன்றாம் ஷேக் அப்துல்லா நாட்டின் அமீர் (முஸ்லிம் ஆட்சியாளர்) ஆனார். 1970ம் ஆண்டு குவைத்தின் எண்ணெய் நிறுவனங்கள் நாட்டுடமையாக்கப்பட்ட பிறகு ஏற்பட்ட நாட்டின் வேகமான பொருளாதார முன்னேற்றம் உலக நாடுகளின் கவனத்தை குவைத்தின் மீது ஈர்த்தது.

உதவிய நாட்டிலிருந்து ஆபத்து :

குவைத் 1980 முதல் 1988 முடிய நடந்த ஈரான் – ஈராக் போரில் ஈராக்குக்கு உதவி செய்தது. ஆனால் இது எந்த நாட்டுக்கு உதவியதோ அந்த நாட்டிலிருந்தே இதற்கு ஆபத்துக் காத்திருந்தது. ஏற்கனவே குவைத்துக்குச் சொந்தம் கொண்டாடிய ஈராக் அதன் அதிபர் சதாம் ஹூசைன் விரும்பியபடி தனது எண்ணெய் வயல்களை குவைத் உறிஞ்சுகிறது என்று கூறிக்கொண்டு 1990 ஆகஸ்டு திங்கள் குவைத் மீது படையெடுத்து தன்னுடன் இணைத்துக் கொண்டது. நாட்டின் அமீர் ஜாபர் அல் அஹமது சவுதி அரேபியாவுக்குத் தப்பிச் சென்றார். உடனே அமெரிக்கா தலைமையில் 34 நாடுகள்அடங்கிய கூட்டுப் படை இந்நாட்டிலிருந்து ஈராக்கியர்களை விரட்டியடித்ததும் குவைத்தின் அமீரும் தன் நாட்டுக்குத் திரும்பி வந்தார். அவர் பன்னாட்டுப் படைகளின் ராணுவச் செலவுக்காக 17 பில்லியன் அமெரிக்க டாலர்களைக் கொடுத்தார். குவைத்தை விட்டுச் செல்லுமுன் ஈராக் படைகள் பற்ற வைத்த எண்ணெய் கிணறுகள் அணைவதற்கு 9 மாதங்கள் பிடித்ததுடன் நாடும் சகஜ நிலைக்குத் திரும்பி வருவதற்கு இரண்டு ஆண்டுகள் ஆயிற்று.

மறுபடியும் கூட்டுப்படைகள் :

அமெரிக்கா தலைமையிலான கூட்டுப்படைகள் இந்நாட்டை விட்டுப் போன பின் திரும்பவும் இரண்டு வருட காலத்திற்குப் பிறகு 2003ம் வருடம் குவைத் உட்பட சில நாடுகளுக்கு வந்தன. இப்போது அந்தப் படைகள் வந்தது குவைத்தைக் காப்பதற்காக அல்ல. மாறாக ஈராக் ரசாயன ஆயுதங்களை வைத்துள்ளது என்ற பொய்யான காரணத்தைக் கூறி அந்நாட்டு அதிபர் சதாம் ஹூசைனைத் தண்டிப்பதற்காக.

சோலைவனமாக மாறிய பாலைவனம் :

நிலத்திலும், கடலிலும் தாராளமாகக் கிடைக்கும் இந்நாட்டின் பெட்ரோல் உலக நாடுகளின் பங்களிப்பில் பத்து

தண்ணீர் கோபுரங்கள்

சதவீதம் ஆகும். இயற்கை வாயுவும், முத்தும்கூட இங்கு மிகுதியாகக் கிடைக்கின்றன. தனது தேவைக்காகப் பல வருடங்கள் ஈராக்கின் ஷட்டல் அரப் (Shatt al-Arab) பகுதியிலிருந்து குடிநீரைப் பெற்று வந்தது. இப்போது கடல் நீரிலிருந்து நல்ல நீர் எடுக்கும் திட்டத்தாலும், நாட்டின் பல பகுதிகளில் இருந்து புதிதாகக் கிடைக்கும் நல்ல நீரினாலும் இது பாலைவனத்தைச் சோலைவனமாக மாற்றியுள்ளது. ஓரளவு விவசாயமும் நடைபெறுவதால் எல்லாவிதமான காய்கறிகளையும், பழங்களையும் இந்நாடு உற்பத்தி செய்கின்றது. பேரீச்சம் பழ உற்பத்திக்கும் இங்கு குறைவில்லை. குவைத்தில் மீன் பிடித்தல், படகு கட்டுதல், தோல் பதனிடுதல் முதலிய தொழில்கள் நடைபெறுவதோடு பெட்ரோல், பெட்ரோலியப் பொருட்கள், உரம், சிமெண்ட் போன்றவை ஏற்றுமதி செய்யப்படுகின்றன.

எதிர்காலத்துக்கானச் சேமிப்பு :

குவைத்தின் பொருளாதாரம் பெரும்பாலும் அதன் பெட்ரோல் உற்பத்தியையே பெரிதும் சார்ந்துள்ளது. மேலும் என்றாவது ஒருநாள் இதன் பெட்ரோல் உற்பத்தி நின்று விடும் என்பதை நாடு நன்கு உணர்ந்துள்ளது. என்றாவது ஒருநாள் என்று பொதுவாகச் சொன்னாலும் 150 வருட காலத்தில் நாட்டின் பெட்ரோல் நின்று விடுமாம். மேலும் ஈராக்கின் ஆக்கிரமிப்பு போன்ற எதிர்பாராத நிகழ்வுகள், பெட்ரோல் விலையில் ஏற்படும் மாற்றங்கள் முதலியவற்றைக் கணக்கில் கொண்டு தன் சொந்தக்காலில் நிற்கும் வகையில் கிடைக்கின்ற வருவாயில் 10 சதவீதத்தைச் சேமிக்க இந்நாடு ஒரு சட்டம் இயற்றி அவ்வாறு சேமித்து வருகிறது.

ஆட்சி முறை :

குவைத் அல் ஜஹ்ரா, அல் அஹ்மதி, அல் ஆஸிமா, அல் ஃபர்வானியா, முபாரக் அல் கபீர், ஹவல்லி என்ற ஆறு பிரதேசங்களாகப் பிரிக்கப்பட்டு அவை ஆளுநர்களின் ஆளுகைக்கு உட்பட்டதாக உள்ளன. ஷேக் சபா அல் அஹமது அல் சபா நாட்டின் அமீரும், ஷேக் ஜாபர் அல் முபாரக் நாட்டின் பிரதமரும் ஆவர். இங்குள்ள பாராளுமன்றத்திற்கு உறுப்பினர்கள் மக்களால் தேர்ந்தெடுக்கப்பட்டும், அமீரால் நியமனம் செய்யப்பட்டும் அனுப்பப்படுகின்றனர். எனவே இந்நாடு பகுதி ஜனநாயக அரசியல் முறையைக் (Semi Democratic Political System) கொண்டதாக உள்ளது. பெண்கள் வாக்களிக்கவும், தேர்தலில் நிற்கவும் உரிமை உண்டு என்று 2005ல் நிறைவேற்றப்பட்ட சட்டத்தின்மூலம் அதற்கு அடுத்த ஆண்டு நடைபெற்ற உள்ளாட்சித் தேர்தலில் பெண்கள் முதன்முதலாக வாக்களித்தனர். 2009ம் வருடம் பெண்கள் பாராளுமன்றத்தில் உறுப்பினர்களாகவும் தேர்ந்தெடுக்கப் பட்டனர்.

இனங்களும், வந்தேறிகளும் :

குவைத்தில் பெரும்பான்மையாக உள்ள அரேபியர்களைத் தவிர்த்து பாரசீகர்கள், ஆப்பிரிக்கர்கள், யூதர்கள், ஆர்மீனியர்கள் முதலிய இனங்களைச் சேர்ந்தவர்களும் வாழ்கின்றனர். நாட்டில் வசிக்கும் 44 லட்சம் பேரில் 13 லட்சம் பேர் மட்டும் குவைத்வாசிகள். மீதமுள்ள அனைவரும் இந்தியா, பாகிஸ்தான், எகிப்து, சிரியா, பாலஸ்தீன் போன்ற பல நாடுகளிலிருந்து வந்தவர்கள். ஈராக்கின் ஆக்கிரமிப்புக்கு முன் பாலஸ்தீனியர்கள்தான் இங்கிருந்த வெளிநாட்டினரில் மிகவும் அதிகமாக இருந்தனர். ஆனால் பாலஸ்தீன விடுதலை இயக்கம் சதாம் ஹுசைனை ஆதரித்த காரணத்துக்காக நான்கு லட்சத்துக்கும் கூடுதலான பாலஸ்தீனியர்கள் குவைத்திலிருந்து வெளியேற்றப்பட்டனர்.

ஐந்து பிரிவினர் :

சிலர் இங்கு வாழ்பவர்களை ஐந்து பிரிவினராகப் பிரிப்பர். நாட்டை ஆளும் அரச குடும்பம், இங்கு நெடுங்காலமாக இருக்கும் வணிகர் குடும்பங்கள், முதலில் நாடோடி வாழ்க்கை வாழ்ந்து இப்போது நகரவாசிகளாக மாறிய பெடோயின்கள், பிற அரபு நாடுகளிலிருந்து இங்கு வந்து குடியுரிமை பெற்றவர்கள் மற்றும் வெளிநாட்டினர். இவர்கள்தான் அந்த ஐந்து பிரிவினர்.

சங்கிலி யுத்தம் :

கி.பி. 636ல் அபு பக்கர் இஸ்லாமிய அரசின் முதல் கலீபாவாக இருந்தபோது இஸ்லாம் குவைத்தில் பரவியது. அதே ஆண்டு காலீது இப்னு வாலீது தலைமையில் முஸ்லிம் படைகளும், ஹார்மோஸ்து (Hormozd) தலைமையில் சசேனியப் படைகளும் குவைத்திலுள்ள கஸீமா என்ற இடத்தில் மோதின. தங்களின் ஒற்றுமையைக் காட்டுவதற்காகவும், எதிரிகள் இடையில் புகுந்து விடக்கூடாது என்பதற்காகவும் சசேனியர்கள் தங்களைச் சங்கிலியால்

பிணைத்துக் கொண்டனர். சசேனியர்கள் ஏற்கனவே களைத்துப் போய்விட்டதாலும், வேகமாக வந்த அரேபியர் களுக்கு முன்னால் அவர்களின் சங்கிலிகள் இடையூறாக இருந்ததாலும் 'சங்கிலி யுத்தம்' (Battle of Chains) என்ற இச்சண்டையில் அரேபிய முஸ்லிம்கள் வெற்றி பெற்று குவைத்தில் நுழைந்தனர். விரைவிலேயே இஸ்லாம் இங்கு வேகமாகப் பரவியது.

அங்கீகரிக்கப்பட்ட மதங்கள் :

குவைத்தில் இப்போது முஸ்லிம்கள் 85 விழுக்காடு பேர் ஆவர். இவர்களில் சன்னிப் பிரிவைச் சார்ந்தவர்களும், ஷியா பிரிவைச் சார்ந்தவர்களும் தோராயமாக இரண்டுக்கு ஒன்று என்ற விகிதாச்சாரத்தில் இருக்கிறார்கள். கிறிஸ்துவர்கள், இந்துக்கள், சீக்கியர்கள், பௌத்தர்கள் போன்ற சிறுபான்மை சமயங்களைச் சேர்ந்தோர் தங்களின் சமயங்களைப் பின்பற்ற அனுமதிக்கப்படுகின்றனர். என்றாலும் குர்ஆனில் கூறப்பட்டுள்ள இஸ்லாம், கிறிஸ்துவம், யூத மதம் ஆகியவை மட்டுமே இங்குள்ள அங்கீகரிக்கப்பட்ட மதங்கள் ஆகும்.

பெரிய பள்ளிவாசல் :

குவைத் நகரில் கம்பீரமாக நிற்கும் 'பெரிய பள்ளிவாசல்' நாட்டிலேயே மிகவும் பெரியதாகும். இது ஒரே ஒரு கும்மட்டத்தையும், ஒரே ஒரு மினாராவையும் உடையது. 43 மீட்டர் உயரமும், 23 மீட்டர் குறுக்களவும் கொண்ட இந்த ஒற்றைக் கும்மட்டத்தில் 'அஸ்மா உல் ஹுஸ்னா' என்ற அல்லாஹ்வின் 99 பெயர்கள் அலங்காரமாகக் காணப்படு கின்றன. பள்ளிவாசலின் வடமேற்கு ஓரத்திலுள்ள மினாரா அந்தலூஸியக் கட்டிடக் கலையைப் பிரதிபலிக்கிறது. 144 ஜன்னல்களுடன் கூடிய இந்த மசூதியில் ஒரே நேரத்தில் 10,000 பேருக்கு மேல் தொழ முடியும். இம்மசூதி நூலகம், விருந்தினர் உபசரிப்பு இல்லம், 550 கார்களுக்கான ஐந்தடுக்கு நிறுத்துமிடம் (Parking Place) முதலிய வசதிகளைக் கொண்டது. உதுமான்

பெரிய பள்ளிவாசல்

மசூதி, அப்துல்லா அல் முபாரக் மசூதி போன்ற வேறு ஏராளமான மசூதிகளும் குவைத்தில் உள்ளன.

அதிக எண்ணிக்கையில் இந்தியர்கள் :

இன்று குவைத்தில் வாழும் வெளிநாட்டினரில் மிகவும் அதிக எண்ணிக்கையில் இருப்பவர்கள் இந்தியர்கள். ஆறு லட்சத்துக்கும் கூடுதலாக உள்ள இவர்கள் இங்கு வேலை செய்து நம் நாட்டுக்கு ஒரு வருடத்துக்கு 3 பில்லியன் அமெரிக்க டாலருக்கும் அதிகமான தொகையை அனுப்பி அன்னியச் செலவாணியை ஈட்டித் தருகிறார்கள். இங்கு இந்தியர்களுக் கான பல சங்கங்களும், கல்வி நிலையங்களும் செயல்பட்டு வருகின்றன. இதிலிருந்தே இந்தியா குவைத்துடன் நெருங்கிய தொடர்புடன் இருக்கிறது என்பது தெளிவாகிறது.

இரு நாட்டு வர்த்தகம் :

எண்ணெய் வளம் இங்கு கண்டுபிடிக்கப்படும் முன் குவைத் பேரீச்சை, குதிரை, முத்து முதலியவற்றை

இந்தியாவுக்கு அனுப்பியும், துணி, தேக்கு மரத்தடி, வேளாண் பொருட்கள் போன்றவற்றை இந்தியாவிலிருந்து பெறவும் செய்தது. இன்று குவைத் நம் நாட்டுக்கு பெட்ரோலை அனுப்பி அதிகப்படியான ஏற்றுமதியும், (2011 – 2012ல் 15.67 பில்லியன் அமெரிக்க டாலர்) எந்திரங்கள், இரும்பு மற்றும் உருக்கிலான சாதனங்கள், உணவுப் பொருட்கள் முதலியவற்றைப் பெற்றுக் குறைவான இறக்குமதியும் (அதே காலத்தில் 1.1 பில்லியன் அமெரிக்க டாலர்) செய்து வருகிறது.

ராஜாங்க உறவு :

ராஜாங்க ரீதியாகவும் இந்தியாவும், குவைத்தும் நட்பாக உள்ளன. இரு நாடுகளும் சுதந்திரம் பெற்றபோது ஒன்றையொன்று ஆரம்பத்திலேயே அங்கீகரித்துக் கொண்டன.

குவைத் பிரதமர் ஜாபர் அல் முபாரக் அல் ஹமத் அல் சபாவுடன் முன்னாள் பிரதமர் இந்திரா காந்தி

குவைத்தைக் கபளீகரம் செய்த ஈராக்கின் பக்கம் இந்தியா சாய்ந்தது, அயோத்தியின் பாபர் மசூதி இடிக்கப்பட்ட வேளையில் குவைத் இந்தியாவுக்கெதிராக நாடாளு மன்றத்தில் தீர்மானம் இயற்றியது போன்ற தருணங்கள் தவிர

பொதுவாக இரு நாடுகளும் சீரான உறவையேக் கொண்டுள்ளன. 1981ம் ஆண்டு இந்திரா காந்தியும், 2009ல் ஹமீது அன்சாரியும் குவைத்துக்குச் சென்ற கடைசி பிரதமரும், உதவி ஜனாதிபதியும் ஆவார்கள். அதுபோல 1964ம் வருடம் ஷேக் சபா அல் சலீமும், 2006ல் ஷேக் சபா அல் அஹமதும் கடைசியாக இந்தியாவுக்கு வந்த பட்டத்து இளவரசரும், அமீரும் ஆவர்.

மக்களுக்கான சலுகைகள் :

பணக்கார நாடான குவைத்தில் எல்லா மக்களுக்கும் இலவச மருத்துவ வசதி அளிக்கப்பட்டும், அவர்கள் வரி செலுத்துவதிலிருந்து விலக்களிக்கப்பட்டும் உள்ளனர். நர்ஸரி நிலையிலிருந்து பல்கலைக் கழகப் படிப்பு வரை மாணவர்களுக்கு இலவச கல்வியும், பொருளாதாரத்தில் நலிவடைந்தவர்களுக்கு இலவச வீடும், இங்கு வேலை பார்க்கும் குவைத்வாசிகளுக்கு உயர்ந்த சம்பளமும் வழங்கப்படுகிறது. மேற்கு ஆசியாவில் நல்ல பத்திரிகைச் சுதந்திரமுள்ள இந்நாட்டில் ஆண்கள் குறைந்தது இரண்டு ஆண்டுகளும், பல்கலைக் கழகங்களில் பயின்ற ஆண்கள் குறைந்தது ஒரு ஆண்டும் ராணுவத்தில் பணியாற்ற வேண்டும். ஆனால் 'அரபு வசந்தம்' (Arab Spring) என்ற மாற்றத்தால் லிபியா, எகிப்து போன்ற நாடுகளில் ஏற்பட்ட குழப்பங்களோ அல்லது வேறு தேவையற்ற நிகழ்வுகளோ இங்கு இல்லாதவரை குவைத்துக்கு நன்மையே.

☆☆☆

12

கிர்கிஸ்தான்

அநேக விஷயங்களில் ஒற்றுமை:

மத்திய ஆசியாவிலேயே மிகவும் சிறிய நாடுகள் இரண்டு. அவை அடுத்தடுத்து காணப்படும் தாஜிகிஸ்தான் மற்றும் கிர்கிஸ்தான். இந்த மத்திய ஆசியாவில் அதிகமான

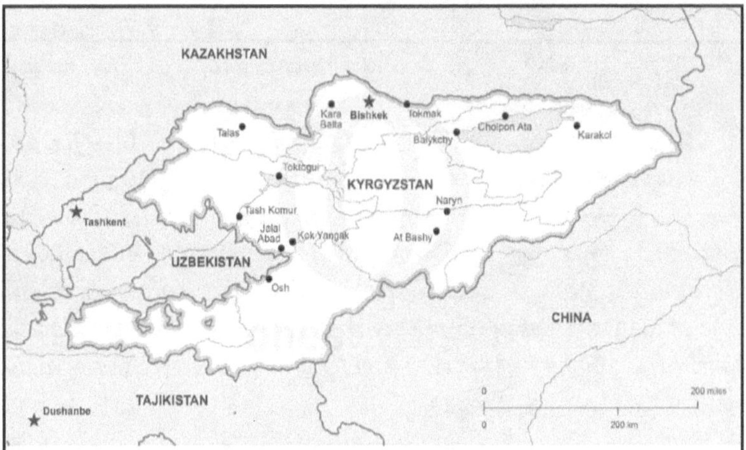

கிர்கிஸ்தான் வரைபடம்

காடுகளுடன் கூடிய நாடுகள் இரண்டு. அவை மேலே கூறப்பட்ட இதே நாடுகள்தான். வெளிநாடுகளில் வேலை

செய்து மொத்த உள்நாட்டு உற்பத்திக்கு (GDP) கூடுதல் சதவீதமாக பங்களிக்கும் உலகின் முதல் இரண்டு நாடுகளும் இந்த இரண்டு 'ஸ்தான்' நாடுகளே ஆகும். ஆக இவ்விரு நாடுகளும் பல அம்சங்களில் ஒத்திருந்தாலும் நாம் கிர்கிஸ்தானை மட்டும் பார்ப்போம்.

வீரன் மனாஸ்:

மனாஸின் நினைவிடம்

'கிர்கிஸ்' என்றால் துருக்கிய மொழியில் நாற்பது என்று பொருள். இன்னும் சொல்லப்போனால் இச்சொல் நாற்பது குடும்பங்கள் அல்லது கோத்திரங்கள் என்பதையும் குறிக்கும். கி.பி.10ம் நூற்றாண்டுவாக்கில் கிர்கிஸ்தானில் வாழ்ந்த மனாஸ் என்ற பெயருடைய வீரன் தனது முயற்சியால் இந்த கோத்திரங்களையெல்லாம் இணைத்து உய்கர்களுக்கு எதிராகப் போரிட்டு வெற்றியும் கண்டான். இந்நாட்டின் தலைநகர் பிஷ்கெக்கில் (BishkeK) இவரது குதிரை மீது அமர்ந்து சிலையைக் காணலாம். இவரது பெயரைத் தாங்கிய 'மனாஸின் காவியம்' (Epic of Manas) இங்கு பிரபல்யமாக உள்ளது. *553,000* வரிகள் கொண்ட இந்த நீண்ட காப்பியம் 'யுனெஸ்கோ'வால் அங்கீகரிப்பட்ட நூலாகும்.

தெய்வீக நாய்:

இந்த நாற்பதுகளைப் பற்றி ஒரு கதையும் இங்குண்டு. இக்கதை கிர்கிஸ்தானின் ஆரம்ப காலத்தைப் பற்றியது.

கிர்கிஸ்தானின் மூதாதையர் 'கிஸில் தைகான்' என்ற ஒரு சிவப்பு நாய் என்பதுதான் வேடிக்கை. முன்பு இங்கு ஆட்சி செய்த ஒரு மன்னரின் மகள் தனது நாற்பது பணிப்பெண் களுடன் நடைப்பயிற்சிக்குச் செல்வது வழக்கம். ஒருநாள் இளவரசி மட்டும் வெளியே சென்றிருந்தார். அவர் திரும்பி வந்து பார்க்கும் போது அவரது தங்குமிடம் சூறையாடப் பட்டதோடு அங்கிருந்த நாற்பது பெண்களும் தாய்மார்களாக ஆகும் நிலையில் இருந்தனர். இது நடக்குமா என்று மட்டும் கேட்டு விடாதீர்கள். சாதாரணமாகச் சில கதைகளின் தொடக்கத்தில் 'பெயர்கள் மற்றும் சம்பவங்கள் யாவும் கற்பனையே' என்று வரும். அது போன்றுதான் இதுவும் என்று எண்ணிக்கொள்ளுங்கள். ஆனால் இங்கும், பக்கத்து சீனாவிலும் இன்றும் சிலர் நம்பும் 'கிஸில் தைகான்' ஒரு தெய்வீக நாய் ஆகும்.

நாட்டின் பெயர்:

நாம் பார்த்த கதையில் வரும் இந்த நாற்பது பெண்களையும் கிர்கிஸ் மொழியில் 'கிர்க் கிஸ்' என்பர். இந்த வார்த்தை நாளடைவில் 'கிர்கிஸ்' என்றாகியது. பின் 'கிர்கீஸியா' என்றும் 'கிர்கிஸ்தான்' என்றும் மாறியது. கம்யூனிச போல்ஷெவிக் புரட்சிக்குப் பிறகு 1924ல் நாட்டை 'காரா கிர்கிஸ்' என்றழைத்தனர். அடுத்த ஆண்டே நாட்டின் பெயர் 'கிர்கிஸ்' என்றானது. 1991ல் சோவியத் யூனியனிடமிருந்து இந்நாடு சுதந்திரம் பெற்றபோது 'கிர்கிஸ்தான் குடியரசு' என்றழைக்கப்பட்ட இப்பெயரும் 1993 முதல் சற்றுச் சுருக்கமாக 'கிர்கிஸ் குடியரசு' என்றழைக்கப்படுகிறது.

சிவப்பில் மஞ்சள்:

கிர்கிஸ்தான் கொடியின் நிறம் சிவப்பு. இந்தச் சிவப்பின் நடுவில் 40 கதிர்களுடைய ஒரு மஞ்சள் சூரியனைப் பார்க்கலாம். இச்சூரியனின் நடுவில் இருக்கும் ஒரு சிவப்பு வளையத்துக்குக் குறுக்காக மூன்று வரிகள் கொண்ட இரண்டு 'செட்' கோடுகள் காணப்படுகின்றன. இந்தக் கோடுகளுடன்

கிர்கிஸ்தான் கொடி

கூடிய வளையம் நாடோடி கிர்கிஸ்களின் யர்ட் (Yurt) என்ற பாரம்பரிய வீட்டைப் போன்றுள்ளது. சிவப்பு வண்ணம் வீரத்தையும், சூரியன் செல்வத்தையும், 40 சூரிய கதிர்கள் வெளிச்சம் மற்றும் இந்நாட்டின் பண்டைய கோத்திரங்களையும் குறிக்கின்றன.

நாட்டின் சிறப்பு:

கிர்கிஸ்தானின் வாய்போன்ற மேற்குப்பகுதியில் உஸ்பெகிஸ்தானும், வடக்கில் கஸக்கஸ்தானும், தெற்கில் தாஜிகிஸ்தானும், கிழக்கு மற்றும் தெற்கில் சீனாவும் காணப்படுகின்றன. இந்த நான்கு நாடுகளால் முற்றிலும் சூழப்பட்ட கிர்கிஸ்தான் ஒரு நிலத்தால் சூழப்பட்ட நாடாகும். எனினும் அந்நிய எல்லைக்குட்பட்ட உஸ்பெகிஸ்தானின் நான்கு இடங்களும் (Enclaves) தாஜிகிஸ்தானின் இரண்டு இடங்களும் இந்நாட்டின் உள்ளே உள்ளன. அதுபோல பரக் (Barak) என்ற ஒரு சிறிய கிராமம் உஸ்பெகிஸ்தானால் சூழப்பட்டுள்ளது. கிர்கிஸ்தானின் அந்நிய எல்லைப்பகுதியான (Exclave) இது இந்நாட்டின் ஓஷ் (Osh) பிராந்தியத்தின்கீழ் வருகிறது. கிழக்கிலிருந்து மேற்குவரை 910 கிலோ மீட்டர் தூரமும், வடக்கிலிருந்து தெற்கு முடிய 410 கிலோ மீட்டர் தூரமும் கொண்ட இந்நாடு 199,900 சதுர கிலோ மீட்டர் பரப்புடையது. இது சிரியாவைவிட சற்றுப் பெரியது.

மத்திய ஆசியாவின் சுவிட்ஸர்லாந்து:

கிர்கிஸ்தான் ஒரு மலை நாடாகும். 80 சதவீதத்துக்கும் கூடுதலாக மலைகள் நிரம்பியுள்ள இந்நாட்டை 'மத்திய ஆசியாவின் சுவிட்ஸர்லாந்து' (Swizerland of Central Asia) என்பர்.

பெரும்பாலும் இம்மலைகளே இந்நாட்டுக்கும், ஏனைய மத்திய ஆசிய நாடுகளுக்கும் எல்லையாகவும் அமைந்துள்ளன. இதன் தெற்குப் பகுதியிலிருந்து தொடங்கி சீனாவின் ஸின்ஜியாங் மாகாணம் வரை நீண்டு செல்லும் 'டியான் ஷன்' நாட்டிலேயே மிகப்பெரிய மலையாக இருக்கிறது. டியான் ஷன் என்றால் சீன மொழியில் 'தேவலோக மலை' என்று அர்த்தம். சீனா மற்றும் கஸக்ஸ்தானுடன் சேர்ந்துள்ள இம்மலையின் பெரும்பகுதி இந்நாட்டில்தான் உள்ளது. சீன யாத்ரிகர் யுவான் சுவாங் இம்மலையில் கோடை மற்றும் இளவேனிற் காலம் உட்பட எல்லாக் காலமும் பனியாகவே இருக்கும் என்றும், இரவிலும், பகலிலும் காற்று பயங்கரமாக வீசிக்கொண்டிருக்கும் என்றும் கூறுகிறார். சீன எல்லையிலுள்ள இதன் 'பிக் போபடி' (Pick Pobedy) என்று ரஷ்ய மொழியிலும், 'ஜெங்கிஷ் சொகுசூ' (Jengish Chokusu) என்று கிர்கிஸ் மொழியிலும் அழைக்கப்படும் 7,437 மீட்டர் உயரமுள்ள 'வெற்றி சிகரம்' நாட்டிலேயே மிகவும் உயரமானது. உலகின் மிகப்பெரிய மலைகளில் ஒன்றான பாமீர் கிர்கிஸ்தானின் மேற்கே இந்நாட்டைத் தொட்டுச் செல்கிறது. டியான் ஷன், பாமீர் ஆகியவற்றுக்கு இடையில் காணப்படுவது பாமீர் அலய் மலைகள். பாமீருக்குத் தொடர்ச்சியாக இம்மலை இருப்பதால் இது இவ்வாறு அழைக்கப்படுகிறது. உஸ்பெகிஸ்தானுடன் சேர்ந்துள்ள சத்கல், கஸக்ஸ்தானுக்கும் செல்லும் கிர்கிஸ் முதலியவை இந்நாட்டின் பிற மலைத்தொடர்கள்.

ஓடும் நதிகள்:

கிர்கிஸ்தானில் மழை அதிகம் என்று கூற முடியாது. இருப்பினும் இங்கு மலைகள் ஏராளமாக இருப்பதால் தண்ணீருக்குப் பஞ்சமில்லை. மலைகளிலிருந்து பனி உருகுவதால் பல ஆறுகள் இங்கு பாய்கின்றன. நரீன், சிர் தரியா, சூ, காரா தரியா, வக்ஸ், தலாஸ் என்பன போன்ற பெரிய நதிகளும், ஆயிரக்கணக்கான சிறிய ஆறுகளும் நாடு முழுவதும் ஓடுகின்றன. சுமார் 650 கிலோ மீட்டர் நீளமுள்ள தலாஸ் நதியைப் பற்றிச் சொல்லித்தான் ஆக வேண்டும். கி.பி. 751ல் இந்நதிக்கரையில் நடந்த போரில் கிர்கிஸ்களிடம்

தோற்றுப் போன சீனர்களிடமிருந்து இங்குள்ளவர்கள் பட்டு மற்றும் காகிதம் தயாரிப்பது தொடர்பான ரகசியங்களைத் தெரிந்து கொண்டனர்.

சூடான ஏரி:

இந்நாட்டில் பெரியதும், சிறியதும் ஆக சுமார் 2,000 ஏரிகளைக் காணலாம். சூடான ஏரி என்று அர்த்தம் கொண்ட 'இசிக்குல் ஏரி' (Issyk kul) நாட்டின் மிகப்பெரியதும், உலகின்

இசிக்குல் ஏரி (சூடான ஏரி)

இரண்டாவது பெரிய மலை ஏரியும் ஆகும். இரு மலைத்தொடர்களுக்கு நடுவில் 1600 மீட்டர் உயரத்திலுள்ள இது எப்போதும் உறையாததால் இதற்குச் சூடான ஏரி என்று பெயர் வந்தது. முன்பு 'புனிதமான ஏரி' என்றழைக்கப்பட்ட இவ்வேரி கடல் போன்று பரந்து விரிந்திருப்பதால் இதனை 'கிர்கிஸின் கடல்' என்றும் சொல்வர்.

பட்டுச் சாலை (Silk road) பிரபல்யமாக இருந்த காலத்தில் வணிகர்களும், பயணிகளும் இங்குத் தங்கி இளைப்பாறி

விட்டுச் செல்வர். இந்த ஏரியில் நடந்த அகழ்வாராய்ச்சியில் ஏரிக்கு அடியில் உறுதியான சுவர்கள், சமாதிக் குவியல்கள், நாணயங்கள் முதலியவை கண்டுபிடிக்கப்பட்டன. இவை இந்த ஏரிக்கடியில் இருந்த ஒரு பழங்கால நகரத்தை நமக்கு நினைவுப்படுத்துகின்றன. இதன் நீர் மற்றும் சேறு மருத்துவ குணம் கொண்டதால் பலர் ஓய்வுக்காகவும், உடல் நலத்துக்காகவும் இங்கு வருகின்றனர். சான்குல் (Sonkul), சதிர்குல் (Chatyrkul), காராசூ (Karasuu) போன்ற வேறு பல புகழ் பெற்ற ஏரிகளும் இங்குள்ளன. நாட்டின் வடக்கிலுள்ள சுய் (Chuy), தெற்கிலுள்ள ஃபெர்கானா (இதன் பெரும்பகுதி அண்டை நாடான உஸ்பெகிஸ்தானில் கிடக்கிறது), வடமேற்கில் காணப்படும் தலாஸ் ஆகியவை கிர்கிஸ்தானின் மிகவும் வளமான பள்ளத்தாக்குகள் ஆகும்.

குடியேற்றம்:

டியான் ஷன் மலைகளிலிருந்து கிடைத்த கல்லினால் செய்யப்பட்ட கருவிகளை வைத்து கிர்கிஸ்தானில் மனிதன் ஆயிரக்கணக்கான ஆண்டுகளுக்கு முன்பே வாழ்ந்தான் என்பதைத் தெரிந்து கொள்ளலாம். இங்கு ஆரம்பத்தில் குடியேறியவர்கள் ஸ்கிதியர்களும் (Scythians), சாகாக்களும் (Sakas) ஆவர். கிர்கிஸ் என்ற ஒருவகை துருக்கிய இனம் முதலில் இன்றைய மங்கோலியாவில் வசித்து பின் அவர்களில் கொஞ்சம் பேர் சைபீரியாவின் யெனிசே நதிக்கரையோரம் குடியேறினர். பின்னர் தெற்கு சைபீரியாவின் துவா (Tuva) பகுதியிலும், அதன்பின் இன்னும் தெற்கு நோக்கியுள்ள இன்றைய கிர்கிஸ்தானுக்கும் இடம் பெயர்ந்தனர் என்று சீன வரலாற்று ஆசிரியர்கள் கூறுகின்றனர். சிலர் கி.மு. 2ம் நூற்றாண்டுக் காலக்கட்டத்தில் சீனாவின் ஸின்ஜியாங் பகுதியிலிருந்து உசுன் (Usun) நாடோடிகள் கிர்கிஸ்தானுக்கு வந்ததாகச் சொல்கின்றனர்.

கி.பி. 7ம் நூற்றாண்டுக்கும் கி.பி.12ம் நூற்றாண்டுக்கு மிடையே இங்கு வந்த அரேபியர்கள் "கிர்கிஸ்கள் சிவப்பு தலைமுடியையும், பச்சை அல்லது நீலக்கண்களையும்,

வெளுத்த தேகத்தையும் கொண்டவர்கள்'' என்கின்றனர். பாரசீகக் குறிப்புகளின்படி ''வடக்கு பிரதேசங்களிலுள்ள காடுகளில் வாழ்ந்த இந்த நாடோடி இன மக்கள் வெளி உலகத்திலிருந்து ஒதுங்கி வாழ்ந்தனர் என்றும், தன்னை மறந்த நிலையில் சில தெய்வீக சக்திகளைப் பெறும் ஷாமானிஸத்தை (Shamanism) பின்பற்றினர்'' என்றும் அறிந்து கொள்ளலாம்.

துருக்கிய வம்சங்கள்:

கிர்கிஸ்தான் உள்ளிட்ட மத்திய ஆசியாவை பல துருக்கிய வம்சங்கள் ஆட்சி செய்தன. இதில் கி.பி. 6ம் நூற்றாண்டு முதல் 8ம் நூற்றாண்டு வரை ஆண்ட கோக் துருக்கியர் (Gok Turks) முதல் வம்சத்தைச் சேர்ந்தவர்கள். இவர்களுக்குப் பின் வந்த புத்த மதத்தைச் சார்ந்த உய்கர்கள் (Uyghurs) கி.பி. 740 முதல் 840 முடிய கிர்கிஸ்தானை ஆண்டனர். பின் இந்த உய்கர்களில் ஒரு பிரிவினர் 'காரா கோஜா' என்றவொரு புத்த அரசை ஏற்படுத்தினர். கி.பி. 840ல் கிர்கிஸ் கள் உய்கர்களைத் தோற்கடித்து சுமார் 200 வருடங்கள் ஆதிக்கம் செலுத்தினர். அப்போதுதான் வீரர் மனாஸ் ஆட்சி செய்தார். இதற்கிடையே உய்கர்களின் கார்லூக் என்ற இன்னொரு பிரிவினர் சீனாவின் ஸின்ஜியாங் மாகாணத் திலுள்ள தரீம் நதிப்படுகை, பெர்கானா பள்ளதாக்குப் போன்ற பகுதிகளைக் கைப்பற்றிக்கொண்டு 'காரா கான்லிக்' என்ற ஓர் இஸ்லாமிய அரசை ஏற்படுத்தினர். இவர்களிடம் பாரசீக பண்பாட்டின் தாக்கம் அதிகம் காணப்பட்டது.

மங்கோலியப் படையெடுப்புக்கள்:

'வந்தது வினை' என்று சொல்வது போல் கி.பி. 12ம் நூற்றாண்டில் கிதான் என்றவொரு மங்கோலிய அரசு காரா கான்லிக் இஸ்லாமிய அரசை வெற்றி கண்டது. அடுத்த இரு நூற்றாண்டுகளில் கிர்கிஸ்தானில் மங்கோலியர்களின் படையெடுப்பு இன்னும் தீவிரமானது. கி.பி. 13ம் நூற்றாண்டில் செங்கிஸ் கான் மற்றும் அவர் மகன் சோச்சி, கி.பி.14ம் நூற்றாண்டில் தைமூர் ஆகியோரின் படையெடுப்புகளால்

மக்கள் தங்கள் சுதந்திரத்தையும், கலாச்சாரத்தையும் காப்பாற்றிக் கொள்ளப் படாதபாடுபட்டனர். மேலும் அவர்கள் பாதுகாப்புத் தேடி தெற்கு நோக்கி ஓடினர்.

அந்நியர் ஆட்சி:

மங்கோலிய தங்க ஹோர்துகள், தைமூரிகள் ஆகியோரின் ஆட்சி முடிவுக்கு வந்ததும் கி.பி. 15 மற்றும் 16ம் நூற்றாண்டுகளில் கிர்கிஸ்கள் இங்கு திரும்ப வந்து தங்கத் தொடங்கினர். கொஞ்ச காலம் அமைதியாக இருந்த இவர்களின் வாழ்வில் மீண்டும் புயல் வீச ஆரம்பித்தது. கி.பி. 17 முதல் 19 முடியவுள்ள நூற்றாண்டுகளில் ஒருவர்பின் ஒருவராக வந்து கிர்கிஸ்தானில் ஆளத் தொடங்கினர். அவர்கள் மங்கோலிய கால்மிக்குகள், சீனாவின் மஞ்சு வம்சம், உஸ்பெகிஸ்தானின் கோகன்ட் கான்கள் முதலியோர். கி.பி. 19ஆம் நூற்றாண்டின் முற்பகுதியில் கோகன்ட் கான்களின் ஆட்சியின்போதுதான் இன்று நாட்டின் தலைநகராக விளங்கும் 'பிஸ்கெக்' (Bishkek) உருவாக்கப்பட்டு அது அவர்களின் தலைநகராக இருந்தது.

ரஷ்யாவும், சோவியத் யூனியனும்:

கிர்கிஸ்தானின் நாடோடி இன மக்களில் பெரும்பான்மையோர் டியான் ஷன் மலையைச் சுற்றியே வாழ்ந்து வந்தனர். சரிபாகிஷ் (Sarybagysh) மற்றும் புகு (Bugu) என்ற இரு பிரிவைச் சேர்ந்த இந்த மக்கள் 1835ம் ஆண்டு முதல் 1858ம் ஆண்டு முடியவுள்ள காலத்தில் தங்களுக்குள் சண்டையிடத் தொடங்கியதால் அவர்கள் பாதுகாப்புக்காக கோகன்ட் கான்களிடமும், ரஷ்யர்களிடமும் மாறிமாறிக் கூட்டு வைத்துக்கொண்டனர். இதனால் கான்களும், ரஷ்யர்களும் பயனடைந்தாலும் ரஷ்யர்கள்தான் இங்கு தங்கள் ஆதிக்கத்தை நிலைநாட்ட முடிந்தது. கி.பி. 19ம் நூற்றாண்டின் பிற்பகுதியில் இந்நாட்டை ஆள ஆரம்பித்த ரஷ்ய சார் (Tzar) மன்னர்களுக்கெதிரான போராட்டத்தில் கிர்கிஸ்கள் ஆறில்

ஒருவர் இறந்தனர். ஆயிரக்கணக்கானோர் ஆப்கானிஸ் தானுக்கும், சீனாவுக்கும் தப்பிச் சென்றனர்.

சோவியத் யூனியன் உருவானதும் 1924ல் கிர்கிஸ் பிரதேசம் (Kyrgyz Oblast) உருவாக்கப்பட்டு அது சோவியத் யூனியன் கீழ் வந்தது. ரஷ்ய மொழியில் 'அப்லாஸ்ட்' என்பது நிர்வாக மண்டலமாகும். இரு வருடங்கள் கழித்து அது ஒரு சுயாட்சி பெற்ற குடியரசாகவும், இன்னும் பத்து வருடங்களுக்குப் பிறகு (1936ல்) அது கிர்கீஸியா என்ற பெயருடன் சோவியத் யூனியனுக்குக் கட்டுப்பட்ட ஒரு முழு யூனியன் குடியரசாகவும் மாறியது. சோவியத் யூனியனின் கம்யூனிஸ ஆட்சியில் நாட்டில் சுதந்திரமாக அலைந்து திரிந்த நாடோடிகள் வலுக்கட்டாயமாக அரசால் நிர்வகிக்கப்பட்ட பண்ணைகளில் தங்க வேண்டியதாயிற்று.

பிரிய மனமில்லை:

அதிபர் கோர்பச்சேவின் காலத்தில் சோவியத் யூனியனிலிருந்து பல்வேறு நாடுகள் தனித்தனியாகப் பிரிந்து சுதந்திரக் காற்றை சுவாசிக்க விரும்பின. அதே சமயம் கிர்கிஸ்தான் மட்டும் சோவியத் யூனியனில் சேர்ந்திருக்க எண்ணியது. ஏனெனில் சோவியத் யூனியனுடன் சேர்ந்திருந்தால் அதன் பொருளாதார நிலை நன்றாக இருக்கும் என்பது கிர்கிஸ்தானின் எண்ணம். ஆனால் ஏற்கனவே நடந்த வாக்கெடுப்பில் 85 விழுக்காட்டுக்கும் கூடுதலானவர்கள் சோவியத் யூனியனுடன் தொடர்ந்திருக்க விரும்பினாலும் தனி நாடாகப் பிரிந்து செல்ல வேண்டும் என்றவர்கள் விடாப்பிடியாக இருந்தனர். எனவே 1991 மார்ச் திங்களில் மத்திய ஆசிய நாடுகளிலேயே முதல் நாடாக கிர்கிஸ்தான் தனியே வந்தது. அஸ்கர் அகயேவ் இந்நாட்டின் முதல் அதிபர் ஆனார்.

சுதந்திரத்திற்குப் பின்னரும் குழப்பம்:

2005ல் நடந்த 'டூலிப் புரட்சி'க்குப்பின் அதிபர் அஸ்கர் அகயேவ் பதவி விலக நேரிட்டது. நாட்டில் ஏற்பட்ட

முன்னாள் பிரதமர்
அஸ்கர் அஹ்யவ்

குழப்பத்தில் ஒரு பாராளுமன்ற உறுப்பினர் உட்பட பலர் கொல்லப்பட்டனர். 5 ஆண்டு கால இடைவெளிக்குப் பிறகு திரும்பவும் கிர்கிஸ்தானில் அரசியல் சூறாவளி வீசியது. ஊழல், விலைவாசி போன்றவை காரணமாக நாட்டில் நெருக்கடி நிலை அமுல்படுத்தப்பட்டது. நிலைமை மோசமாகவே அஸ்கர் அகயேவ் தனது மனைவி மற்றும் குடும்பத்துடன் 2010ல் கஸக்ஸ்தானுக்குச் சென்றார். நாட்டின் இந்நிலைக்கு ரஷ்யாவே காரணம் என்று கிர்கிஸ்தான் குற்றம் சுமத்தியது. இதற்கிடையே அதே ஆண்டு உஸ்பெகிஸ்தானின் அருகாமையில் உள்ளதும், நாட்டின் இரண்டாவது பெரிய நகருமான ஓஷில் (Osh) கிர்கிஸ்களுக்கும், உஸ்பெக்கு களுக்குமிடையே மோதல் ஏற்பட்டது. எப்படியோ சண்டை ஒரு வழியாக முடிவுக்கு வந்தது.

குறைந்த வருமானம்:

மத்திய ஆசிய நாடுகளிலேயே குறைவான வருமானமுடைய நாடுகளுள் கிர்கிஸ்தானும் ஒன்றாகும். பொதுவாக இது மலைப்பிரதேசமாக இருப்பதால் எல்லா இடங்களிலும் பயிரிட முடியாது. எனவே இங்கு சுமார் 7 சதவீத இடங்களில் மட்டும் பயிர்கள் சாகுபடி செய்யப்படு கின்றன. ஆனால் மேய்ச்சல் நிலங்கள் அதிகம் உள்ளன. சோவியத் யூனியன் இந்நாட்டை ஆண்டபோது வளர்ச்சி என்ற பெயரில் விளை நிலங்கள் அதிக அளவில் பயன்படுத்தப்பட்டதால் மண்ணின் தரம் குறைந்தது. மேலும் நெடுங்காலமாக மேய்ச்சல் நிலங்களைப் பயன்படுத்தி வந்த

இங்குள்ள நாடோடி இனமக்கள் அமைதியாக வாழ்க்கையை வாழவில்லை. ஆனால் கிர்கிஸ்தான் சுதந்திரம் பெற்ற பிறகு அவர்களின் நிலைமை பரவாயில்லை.

ஏராளமான வளங்கள்:

கிர்கிஸ்தானில் கோதுமை, கரும்பு, பருத்தி, புகையிலை ஆகியவற்றுடன் காய்கறிகள் மற்றும் பழங்கள் உற்பத்தி செய்யப்படுகின்றன. ஜாலாலாபாத் மாகாணத்தின் அரஸ்லன்பாப் என்ற இடத்திலுள்ள வாதுமை (Walnut) மரங்கள் நிறைந்த பகுதி உலகப் புகழ் பெற்றது. இப்பரந்த பகுதியில் பலவகையான மரங்கள் வளர்கின்றன. நாட்டில் தங்கம் மற்றும் பலவகையான தாதுப்பொருட்கள் ஏராளம் கிடைக்கின்றன. இங்குள்ள கும்தார் தங்கச் சுரங்கம் மிகப்பெரியது. மேலும் புதிதாகக் கண்டுப்பிடிக்கப்பட்ட ஜெரூய், தல்டி – புலக் போன்ற இடங்களிலுள்ள சுரங்கங்களிலிருந்தும் மிகுதியான தங்கம் கிடைக்கிறது. பெட்ரோல், இயற்கை வாயு, யுரேனியம், ஆன்டிமனி (Antimony), பாதரசம், பிஸ்மத் (Bismuth), உருக்கு, துத்தநாகம் போன்றவையும் இங்கு அதிகமாக உள்ளன. இங்கு தாராளமாகக் கிடைக்கும் தண்ணீர் மூலம் உற்பத்தி செய்யப்படும் மின்சாரத்தை அண்டை நாடுகளுக்கு வழங்குவதின் மூலம் இந்நாடு பயன்பெறுகிறது. அன்னிய நாடுகளில் வேலை செய்து அங்கிருந்து அனுப்பும் தொகையானது கிர்கிஸ்தானின் உள்நாட்டு மொத்த உற்பத்தியில் 31 சதவீதப் பங்கைப் பெற்று உலகின் இரண்டாவது நாடாகத் திகழ்கிறது.

இரண்டு அவை ஒரு அவையாக மாறிய பாராளுமன்றம்:

கிர்கிஸ்தானில் பத்கன், சுய், ஜலாலாபாத், நரீன், ஓஷ், தலாஸ், இஸிக்குல் ஆகிய ஏழு மாகாணங்கள் உள்ளன. தலைநகர் பிஸ்கெக் மற்றும் இன்னொரு முக்கிய நகரான ஓஷ் ஆகியவை சிறப்பு அந்தஸ்து உடையவை. நாட்டின் பாராளுமன்றம் 120 உறுப்பினர்களைக் கொண்டது. முதலில் மேல் சபை மற்றும் கீழ் சபை என்ற இரு அவைகளைக்

கொண்டிருந்த நாடாளுமன்றம் 2007ம் ஆண்டு முதல் ஒரே ஒரு அவையை மட்டும் உடையதாக உள்ளது. அல்மஸ்பெக் ஆதம்பாயேவ் இந்நாட்டின் அதிபராகவும், சூரன்பேய் ஜுன்பெகோவ் பிரதம அமைச்சராகவும் இருந்து வருகின்றனர்.

இனம் மற்றும் மதம் :

நாட்டின் மக்கள் தொகை 60 லட்சம் ஆகும். இதில் கிர்கிஸ்கள் 73 சதவீதமும், இதற்கு அடுத்தபடியாக உஸ்பெக்குகள் 14 சதவீதமும் ஆவர். நாடு சுதந்திரம் அடைந்தபோது 20 சதவீதமாக இருந்த ரஷ்யர்கள் இப்போது 6 சதவீதமாக ஆகிவிட்டனர். டங்கன், உய்கர், தாஜிக், கஸக் முதலியோர் இங்குள்ள மற்ற இனங்கள். சமய சார்பற்ற நாடான கிர்கிஸ்தானில் 86 விழுக்காட்டுக்கும் கூடுதலான வர்கள் முஸ்லிம்கள். இவர்களில் பெரும்பான்மையோர் எந்தப் பிரிவினர் என்று சொல்வதில்லை. சன்னி பிரிவு முஸ்லிம்கள் 23 சதவீதமும், ஷியா பிரிவினர் மிகவும் குறைவாகவும் இங்குள்ளனர். முஸ்லிம்களைத் தவிர கிறிஸ்துவர்கள், எந்த மதத்தையும் சாராதவர்கள் போன்றோர் உள்ளனர்.

இஸ்லாத்தின் வளர்ச்சி:

கி.பி 8ம் நூற்றாண்டுக்கும் கி.பி 12ம் நூற்றாண்டுக்கும் இடைப்பட்ட காலத்தில் இஸ்லாம் இங்கு பரவ ஆரம்பித்தது. இன்று நாம் பாலசாகனில் (Balasagan) காணும் கி.பி 11ம் நூற்றாண்டு மினாரா அன்று காரா கானித் கான்கள் இஸ்லாம் வளரப் பாடுபட்டதைப் பறை சாற்றுகின்றது. உஸ்பெக்குகளாலும் இஸ்லாம் வளர்ந்தது. கி.பி 17ம் நூற்றாண்டில் மங்கோலிய ஜூன்கர்கள் கிர்கிஸ்களை டியான் ஷன் பகுதியிலிருந்து விரட்டியபோது அவர்கள் ஃபெர்கானா பள்ளத்தாக்கில் தஞ்சம் புகுந்தனர். அப்பள்ளத்தாக்கில் நிறைந்து காணப்பட்ட உஸ்பெக்குகளிடமிருந்து கிர்கிஸ்கள் இஸ்லாத்தைப் பற்றி நிறையத் தெரிந்து கொண்டனர். அதுபோல கிர்கிஸ்தான் உஸ்பெக் கான்களால் ஆளப்பட்ட போதும் உஸ்பெக்குகளிடமிருந்து கிர்கிஸ்கள் மேலும்

இஸ்லாமிய அறிவை வளர்த்துக் கொண்டனர். கி.பி 19ம் நூற்றாண்டின் இறுதியில் நாட்டின் பெரும்பான்மையான மக்கள் இஸ்லாத்தில் இணைந்து விட்டனர்.

மீண்டும் இஸ்லாத்தின் பக்கம் மக்கள்:

கிர்கிஸ்தான் கம்யூனிஸ்டுகளின் பிடியில் இருந்தபோது மக்களால் இஸ்லாத்தில் ஈடுபட முடியாமல் போயிற்று. அரசு மத நம்பிக்கை உள்ளவர்களைப் பழமைவாதிகள் என முத்திரை குத்தியதோடு அவர்களுக்குத் தண்டனையும் வழங்கியது. சோவியத் யூனியனிலிருந்து விலகி கிர்கிஸ்தான் விடுதலையானதும்தான் தாமதம் மக்கள் இஸ்லாத்தின் பக்கம் திரும்பவும் வரத் தொடங்கினர். மாணவர்கள் மதரஸாக் களுக்குச் செல்வதும், பெரியவர்கள் மசூதிகளுக்குப் போவதும் அதிகரித்தவண்ணம் இருக்கிறது. நாட்டின் எல்லாப் பக்கங்களிலும் மசூதிகள் கட்டப்பட்டு வருகின்றன. குறிப்பாக தலைநகர் பிஷ்கெக்கில் துருக்கியின் உதவியுடன் 2 பில்லியன் அமெரிக்க டாலர் செலவில் 'மத்திய பள்ளி வாசல்' எனப்படும் ஒரு பிரமாண்ட மசூதி கட்டப்பட்டு வருகிறது. கிர்கிஸ்தானின் இஸ்லாமிய வளர்ச்சியைப் பற்றி முன்னாள் அதிபர் அஸ்கர் அகயேவின் மகள் பெர்மத் அகயேவ் சொல்வதைக் கேளுங்கள். "மக்கள் மதத்தின்பால் திரும்புவது ஒரு மோசமான காரியம் அல்ல. மதத்தின் மேலுள்ள ஈர்ப்பு எங்கள் சமுதாய மக்களை நல்லவர்களாகவும், சுத்தமானவர்களாகவும் ஆக்குகிறது."

கவனமுடன் அரசு:

இந்நாட்டு அரசு மதத்திற்குச் சுதந்திரம் கொடுக்கும் அதே வேளையில் மதம் நாட்டு நிர்வாகத்தில் குறுக்கிடாத முறையில் பார்த்துக் கொள்கிறது. மத அடிப்படைவாதிகளால் நாட்டின் அமைதிக்கும், ஆட்சிக்கும் இடையூறு வராத வகையிலும் பார்த்துக்கொள்கிறது. மத சம்பந்தமான விஷயங்களைக் கவனிக்க அரசின் கீழ் ஒரு நிறுவனம் (Agency) இயங்கி வருகிறது. இது 'இஸ்லாமிய மதானியத்தி' என்றவொரு தேசிய நாளிதழை கிர்கிஸ் மற்றும் ரஷ்ய

மொழிகளில் வெளியிட்டு வருகிறது. மேலும் இது மாணவர்கள் குர்ஆனை வாசிப்பதற்காகவும், பொது மக்கள் இஸ்லாத்தைப் பற்றி அறிந்துகொள்வதற்காகவும் மத குருமார்களுக்குப் பயிற்சி அளித்து வருகிறது.

இந்தியாவுடன் இராஜாங்க உறவு:

இந்தியப் பிரதமர் ஒருவர் ஒரு நாட்டுக்கு *30* ஆண்டுகளுக்குப் பிறகு சென்றிருக்கிறார் என்றால் அந்நாடு

கிர்கிஸ்தான் பிரதமருடன் இந்தியப் பிரதமர் மோடி

கிர்கிஸ்தான்தான். *1985*ல் பிரதமராக இருந்த ராஜீவ் காந்தி சோவியத் யூனியனின் கீழிருந்த கிர்கிஸ்தானுக்குப் போனார். அதன் பிறகு சுதந்திர நாடாக மாறிய இந்நாட்டுக்கு *2015*ல் பிரதமர் நரேந்திர மோடி சென்றார். மோடி இங்கு மஹாத்மா காந்தியின் சிலை ஒன்றைத் திறந்து வைத்ததோடு இந்நாட்டு ராணுவ மருத்துவமனை ஒன்றுக்கு மருந்துகளைப் பரிசளித்தார். கடைசியாக இந்தியாவுக்கு வந்த கிர்கிஸ்தான் அதிபரான அல்மஸ்பெக் ஆதம்பாயேவ் *2016* டிசம்பரில் நம் நாட்டுக்கு வருகை தந்தார்.

கிர்கிஸ்தான் காஷ்மீர் விவகாரத்தில் இந்தியாவுக்கு எதிரான நிலைப்பாட்டைக் கொண்டிருந்தது. எனினும் இந்நாடு தனிநாடாகப் பிரிந்தபோது இந்தியா இதை சீக்கிரத்திலேயே அங்கிகரித்தது. ஐக்கிய நாடுகள் சபையின் நிரந்தர உறுப்பினராக இந்தியா ஆவதற்கு ஆதரவளிப்பது, உலக அரங்கில் தீவிரவாதச் செயல்களை ஒழிப்பதில் அக்கறையாக இருப்பது போன்ற காரியங்களில் கிர்கிஸ்தான் இப்போது இந்தியாவுடன் இணக்கமாக உள்ளது. இரு நாடுகளும் கூட்டாக நம் நாட்டிலும், இந்நாட்டிலும் ராணுவ ஒத்திகைகளில் ஈடுபட்டு ராணுவ ரீதியாகவும் தொடர்புடன் இருக்கின்றன.

வர்த்தகம் மற்றும் கல்வி:

வர்த்தகத்தைப் பொறுத்தவரை இந்தியாவின் ஏற்றுமதி கூடுதலாகவும், கிர்கிஸ்தானின் ஏற்றுமதி குறைவாகவும் உள்ளன. ஆடைகள், தோல் பொருட்கள், தேயிலை, மருந்துகள் முதலியவற்றை இந்தியா 37 மில்லியன் அமெரிக்க டாலருக்கும், கம்பளி ஆடைகள், கனிமப் பொருட்கள், எந்திரங்கள் போன்றவற்றை இந்நாடு ஒரு மில்லியன் அமெரிக்க டாலருக்குக் குறைவாகவும் அனுப்பி வர்த்தகம் செய்கின்றன. சுரங்கத் தொழில், கட்டுமானம், உணவுப் பொருட்கள் மற்றும் மருந்து தயாரித்தல், ஆபரணம் செய்தல் முதலியவற்றில் ஈடுபட்டு வரும் சுமார் 20 இந்தியக் கம்பெனிகள் கிர்கிஸ்தானில் உள்ளன. அதுபோன்று ஏறத்தாழ 3,500 இந்திய மாணவர்கள் இங்கு மருத்துவம் பயின்று வருகிறார்கள்.

பாரம்பரிய பழக்கவழக்கங்களும், விநோத விளையாட்டுகளும்:

கிர்கிஸ்தானுக்கென்றே பல பாரம்பரிய பழக்க வழக்கங்கள் உள்ளன. யாராவது ஒரு விருந்தினர் வீட்டுக்கு வந்தால் அவருக்கு ரொட்டியும், உப்பும் வழங்கப்படும். வீட்டுக்கு வந்தவர் அந்த ரொட்டியை உப்பில் முக்கிச் சாப்பிட வேண்டும். அவ்வாறு சாப்பிட்டால் விருந்து கொடுப்பவருக்கு

குதிரை விளையாட்டில் சாட்டையடி கொடுக்கும் பெண்

விருந்தினரைக் கவனித்து விட்டோம் என்ற திருப்தி ஏற்படுமாம். இது கிர்கிஸ்தானின் உபசரிப்பு சம்மந்தமான ஒரு பழக்கம். சில விநோத விளையாட்டுகளும் இங்கு காணப்படுகின்றன. குதிரையில் சென்று கொண்டே இன்னொரு குதிரையிலுள்ள ஒரு பெண்ணை முத்தமிட முயற்சிப்பதும், அம்முயற்சியில் அவன் தோற்றால் அவள் அவனுக்குச் சாட்டையடி கொடுத்துத் திரும்பத் துரத்துவது, குதிரையில் சவாரி செய்து கொண்டே தரையில் கிடக்கும் நாணயத்தை எடுப்பது போன்ற விளையாட்டுகளும் கிர்கிஸ்களுக்குப் பிரியமானவைகள்.

☆☆☆

www.ingramcontent.com/pod-product-compliance
Lightning Source LLC
LaVergne TN
LVHW060617051026
849519LV00002B/639